பசி

க. நா. சுப்ரமண்யம்

Title: Pasi

Author: Ka. Naa. Subramanyam

Language: Tamil

First Published on: 1943

Year of Publication: 2025

Book Format: Paperback

*Page Size: 6inch * 9inch*

Category: Fiction

Subject: Novel

No. of pages: 114

ISBN: 978-81-999776-8-6

Published by: Nilan Publishers, Madurai, Tamilnadu, India

பொருளடக்கம்

குறிப்புகளுக்காக

பசி

இந்த நாவலுக்கு ஏனோ தெரியவில்லை ஆசிரியர் பசி என்று பெயர் வைத்து விட் டார். வேறு எந்தப் பெயர் வைத்திருந்தாலும் பொருந்தும் என்றுதான் தோன்றுகிறது.

பசிதான் உலகத்தின் நியதி என்பதே ஆசிரியரின் கட்சி.

மனிதனின் பசிகளைத் தீரித்து விடுவதென்பது வெறும் லக்ஷ்யவாதிகளின் கனவே தவிர வேறு அல்ல.

சாமாவின் பசிகள் அலாதியானவை; சற்று விசித்திரமானவை என்று கூடச் சொல்லலாம். கமலாவின் தாற்காலிகப் பசி எளிதில் சமனமாகக் கூடிய து: மிகவும் நியாயமானது. அதைத் தீர்ப்பது தன் கடமை என்று சாமா கடைசியில்தான் உணருகிறான். சொந்த விஷயங்களைப் பற்றி யாராலும் நேர்மையாக, தெளிவாக, சுலபமாகச் சிந்தனை செய்ய முடிவதில்லை. தன் மனத்தை அறிய சாமா வெகுவாகப் பாடுபடுகிறான்.

சுந்தரப்பாட்டி, நாராயணையர், ஜானம்மாள் முதலியோர் வேறு ஒருவருக்காக வாழ்க்கையில் பசி கொண்டுள்ளவர்கள். படித்துப் பட்டம் பெற்ற ராஜி தன் உள்ளத்துப் பசிகளை மூடி வைக்க முயலுகிறாள். சாம்ப மூர்த்திராயர் பசிகளை எல்லாம் மீறியவர்தான். ஆயினும் அவரும் மனிதர்தான்.

ஜோதி நிலையம் ஆரம்பிக்கும் உத்தேசம் தோன்றிய போது நண்பர் அ. கி. ஜயராமன் தமது நிலையத்துக்கு நான் சின்னதாக ஒரு புஸ்தகம் எழுதித் தரவேண்டும் என்று உத்ஸாகத்துடன் கேட்டார். அப்பொழுது நான் எழுதிக்கொண்டிருந்த பசி என்கிற நாவலைத் தருவதாக ஒப்புக்கொண்டேன். இதோ, அது புஸ்தக உருவத்தில் வந்துவிட்டது. உங்களுக்கு எப்படி இருக்கிறதோ! என்னைப் பற்றிய வரையில் திருப்தி தான். நண்பர் ஜயராமனுக்கு எனது நன்றி.

ஜீன்- கிறிஸ்தோவ், கெஸ்டா பெர்லிங், கரமஸாவ் சகோதரர்கள் போன்ற ஓர் அதி அற்புதமான நாவலைச் சிருஷ்டித்துவிட வேண்டும் என்றுதான் ஆரம்பித்தேன். ஆனால் என்னால் எழுத முடிந்தது பசி என்ற இந்தச் சின்ன நாவல்தான். இது எவ்வளவு சிறியது, எப்படிச் சிறியது என்பதைப் படிப்பவர்கள் (ஏன், விமரிசகர்களும் கூடத் தான்) தாமே தெரிந்து கொள்ளுவார்கள். நான் ஏன் குறுக்கே நிற்கவேண்டும்?

இந்தக் கதையில் வரும் பாத்திரங்களும், சம்பவங்களும், இடங்களும் உண்மையில் யாரையும் எதையும் குறிப்பிடுவன அல்ல. கற்பனை தான். எந்தத் தமிழ்ப் பேராசிரியனுடைய எந்தத் தமிழ்க் கதையையோ அல்லது வேறு பாஷைக் கதையையோ உருட்டித் திரட்டி உருமாற்றி வைத்து விடவில்லை நான்.

சாமாவின் வாழ்க்கை இத்துடன் முடிந்து விடவில்லை. உண்மையில் அது அவனுடைய கல்யாணத்தில் தான் ஆரம்பமாகிறது.

க. நா. சுப்ரமண்யம்

பசி

என்றும் இல்லாமல் அபூர்வமாக சாத்தனூர் ஸர்வ மானிய அக்கிரஹாரத்துக்குள் வந்துவிட்ட அந்த மோட்டார்காரைப் பார்ப்பதற்குத் தெரு ஜனங்கள் எல்லோரும் - பெண்கள், குழந்தை குட்டிகள் உள் படச் சுமார் நூறுபேர் இருக்கலாம் - வெளியே தெருவுக்கு வந்துவிட்டார்கள். காரில் உட்கார்ந்திருந்த இரண்டு வாலிபர்களில் ஒருவனைப் பார்த்துவிட்டு, தெருச் சிறுவர்களில் ஒருவன் ஆச்சரியத்துடன் "அவாத்து சாமா டோய்!" என்று குரல் கொடுத்தான். "நாராயணையராத்து சாமா காரில் வந்து இறங்குகிறான் " என்ற விஷயம் அந்தப் பையன் மூலம் ஒரு வினாடிக்குள் தெரு முழுதும் பரவி விட்டது.

"பூம் ! பூம்!" என்று ஊதிக்கொண்டே கார் கம்பீரமாக ஊர்ந்து வந்து தெரு மத்தியிலிருந்த ஒரு மாடி வீட்டுக்கு எதிரே நின்றது.

காரிலிருந்து, இருபது இருபத்திரண்டு வயது என்று மதிப்பிடக்கூடிய ஒரு வாலிபன் இறங்கினான்.வாரிவிடாத கிராப்பும், அம்மைத் தழும்புகள் நிறைந்த முகமும், எடுப்பான மூக்கும், சிரிக்கும் போது கீற்றுப்போல வெண்மையாகத் தெரியும் பற்களும், பெரிய மண்டையும், முகத்துக்கு ஏற்காத பெரிய மூக்குக் கண்ணாடியும், சுருக்கங்கள் நிறைந்த அகன்ற நெற்றியும், முகத்தில் தோன்றிய அலாதிக் களையும், சற்றுக் கூனிய முதுகும், சிவந்த மேனியுமாகக் காட்சி அளித்த இந்த வாலிபன் தான் நாராயணையரின் பிள்ளை, சுவாமிநாதன்.

காரிலிருந்த இரண்டாவது வாலிபனுக்கும் சற் றேறக் குறைய இதே வயது தான் இருக்கும். ஆனால் அவன்

உண்மையிலேயே அழகன். அவன் ஆங்கிலப் பாணியில் ஆடை அணிந்திருந்தது நண்பர்கள் இருவருக்கும் இடையே நடை உடை பாவனைகளில் உள்ள வித்தியாசத்தை சற்று அதிகப் படுத்தியே காட்டிற்று. சாமாவின் முகத்தில் ஏதோ ஒரு அசாதாரணமான சக்தி, ஆத்மீகமான சக்தி, அழுந்தி அடங்கிக் கிடப்பது போல் இருந்தது. அவனுடைய நண்பன் முகத்திலோ பெரிய பெரிய வஸ்தாதுகளுக்கெல்லாம் இருக்குமே, அதுபோன்ற ஒரு சூன்ய பாவம் நிறைந்திருந்தது.

ஒருவன் படிப்பிலே வெகுவாக முன்னேறி நிற்பவன் என்பதையும் மற்றவன் விளையாட்டுப் பந்தய மைதானத்திலே முன்நிற்பவன் என்பதையும் அவர்களுடைய முகங்களும் உருவங்களுமே நன்கு எடுத்துக்காட்டின. இருவரும் ஆப்த நண்பர்கள். இருவரும் பீ.ஏ. பரிக்ஷை கொடுத்துவிட்டுக் கலா சாலையிலிருந்து விடுதலை பெற்று வந்திருக்கிறார்கள்.

"இறங்கிச் சற்றுநேரம் உட்காரேன் ஸ்ரீனிவாஸா! காபி போட்டுத்தரச் சொல்றேன்; சாப்பிட்டுவிட்டுப் போகலாம்" என்று காரை விட்டு இறங்கிய சாமா தன் நண்பனைப் பார்த்துச் சொன்னான்.

காரில் இருந்தபடியே ஸ்ரீனிவாஸன் "வேண்டாம், சாமா. நாழி ஆகிவிட்டது. நாலு மணிக்கெல்லாம் நான் ஊரில் இருக்கணும். அதில்லாமே இப்பத்தானே காபி சாப்பிட்டோம்" என்று பதில் சொன்னான்.

"காபி வேண்டாம். இளநீர் கொண்டுவரச் சொல்றேன். சாப்பிட்டுவிட்டுப் போ. அப்படி ஒண்ணும் பிரமாதமா நாழியாயிடல்லே. இறங்கு" என்று சாமா வற்புறுத்தினான்.

ஸ்ரீனிவாஸனுக்கு மனமில்லைதான். எனினும் தன் நண்பன் சொன்னதைத் தட்டமாட்டாமல் காரைவிட்டு இறங்கினான். இருவரும், கை அகல மிருந்த வாசல் தோட்டத்துக் கமானையும் வாசல் குறட்டையும் தாண்டிக் கீழ்த்

திண்ணையில் படிந்திருந்த தூசியைத் தட்டிவிட்டு உட்கார்ந்தார்கள்.

இதற்குள் மேல் வேஷ்டியை இடுப்பில் கட்டிக் கொண்டு வேலைக்காரன் வீட்டிற்குள்ளிருந்து வந்தான். அவனைப் பார்த்ததும் சாமா "காரில் இருக்கிற பெட்டியையும் படுக்கையையும் உள்ளே கொண்டுபோய் வை. இரண்டு இளநீர் சீவிக் கொண்டு வா....ஜல்தி வா பார்க்கலாம்" என்றான்.

"வந்தயாடாப்பா சாமா, வா. கார்த்தாலையே வருவேன்னு நினைச்சேன். கூட யாரு?" என்று கேட்டுக்கொண்டே உள்ளே இருந்து கண்மங்கிய கிழ விதவை ஒருத்தி வெளியே வந்தாள்.

கூட என் சிநேகிதன் வந்திருக்கான் பாட்டி என்று சாமா பதில் அளித்தான். "என்னோடே படிக்கிறான். ஸ்ரீனிவாஸன்னு பேரு. கார்த்தாலையே நான் வந்துட்டேன். கும்பகோணத்திலே தங்காத்திலே மத்தியான்னம் சாப்பிட்டுவிட்டு சாயங்காலமாப் போகலாமேன்னான்; இருந்துட் டேன். அவன் காரிலே என்னைக் கொண்டுவந்து விட்டுவிட்டுப் போக வந்தான்."

"கும்பகோணமா? கும்பகோணத்திலே உனக்கு எந்தத் தெரு?" என்று பாட்டி ஸ்ரீனிவாஸனை விசாரித்தாள்.

"பக்தபுரி அக்கிரஹாரம்."

"யார் ஆம்?"

"இப்ப வேண்டாம் பாட்டி. உன் விசாரணையை எல்லாம் அப்பறம் இன்னொரு நாள் சாவகாசமாக வச்சுக்கலாம். இப்போ அவன் அவசரமாப் போகணுமாம்" என்றான் சாமா. பிறகு தன் நண்பன் பக்கம் திரும்பிச் சிரித்துக் கொண்டே "எங்க சுந்தாப்பாட்டி குலங் கோத்திரம் விசாரிக்க ஆரம்பித்தால் கடைசியில் ஒரே ஒரு முடிவுக்குத் தான் வந்து சேருவாள்- தானும் மற்றவரும் உறவு என்று ஸ்தாபித்து விடுவாள். அதைச் செய்ய முடியாமல் போய்விட்டால் ஏதாவது புது உறவுக்கு ஏற்பாடு செய்துவிடுவாள். அவளுக்கு

ஒரு பேத்தி இருக்காள், கல்யாணமாகாமல்........" என்று சாமா அடுக்கினான்.

சுந்தாப்பாட்டி குறுக்கிட்டாள் : " என்ன டாப்பா அவ்வளவு அவசரம் ! இருந்து எங்காத்திலே ராத்திரி ஒருவேளை சாப்பிட்டூட்டுப் போகப் படாதா?"

"இல்லை, வேலையிருக்கு. இன்னொரு நாள் சாவ காசமாக வரேன்" என்றான் ஸ்ரீனிவாஸன்.

"நிஜமாகத்தான் ஸ்ரீனிவாஸா, வாயேன் ஒரு நாள். எங்க சந்தாப்பாட்டி சமைச்சால்....." எப்படி இருக்கும் என்று சாமா நாக்கைச் சொடுக்கிக் காட்டினான். பிறகு, "பாட்டி! பழையதை எடுத்துவை, போ. எனக்குப் பசிக்கிறது. நான் ஸ்ரீனிவாஸனை அனுப்பிவிட்டு வரேன்'' என்றான்.

பேரனுக்குப் பழையது எடுத்து வைக்கப் பாட்டி உள்ளே போய்விட்டாள். சோலமலை இரண்டு வெள்ளி டம்ளர்களில் இளநீரை ஊற்றிக்கொண்டு வந்து வைத்தான். இரண்டு நண்பர்களும் எடுத்துச் சாப்பிட்டார்கள்.

"நாளை நாளன்றைக்கு நான் மறுபடியும் கும்பகோணம் வர வேண்டியிருக்கும். வந்து உன்னைப் பார்க்கிறேன்" என்றான் சாமா.

"கார் வேணுமானால் அனுப்பட்டுமா?" என்று கேட்டுக்கொண்டே ஸ்ரீனிவாஸன் எழுந்தான்.

சாமாவும் உடன் எழுந்தான். "வேண்டா மப்பா. அஞ்சு மைல்தானே ! சாயங்காலமா நடந்து வரேன்."

"இப்போது ஏது சாமா ரெயில் உனக்கு ?" என்று கேட்டுக்கொண்டே எதிர்வீட்டு மகாலிங்கையர் வந்து சேர்ந்தார்.

“ரெயில்லே வரல்லை, மாமா. பட்டணத்திலேருந்து நேரே இவா கார் வந்தது. அதிலேயே நானும் வந்துட்டேன்.”

"அதானே பாத்தேன்" என்றார் மகாலிங் கையர். "நீ இன்னிக்கும் வரக்காணோமேன்னு நாராயணன் கவலைப் பட்டுண்டிருந்தான். என்னிக்கி வரேன்னு ஒரு கடிதாசு போடப்படாதோ!''

சாமா "சூள்" கொட்டினான். " என்ன கடுதாசு! அதான் நேரிலேயே வந்தாச்சே!"

"உனக்கு அப்படியிருக்கு. உங்கப்பாவுக்கு.........?'' என்று வாக்கியத்தை முடிக்காமல் நீட்டினார் மகாலிங்கையர். பின்னர் ஒரு நிமிஷம் கழித்து நாராயணன் கூட இவ்வளவு நாழி எங்காத்துத் திண்ணையிலேதான் உட்கார்ந்திருந்தான். பொடியில்லேன்னு வாங்கிண்டுவர மேற்கே போனான். ஆச்சு வந்துடுவான் " என்றார்.

"அப்ப சரி, சாமா, நாழியாறது. நான் கிளம்பட்டுமா ?" என்று கேட்டுக் கொண்டே ஸ்ரீனிவாஸன் காரில் ஏறி உட்கார்ந்துகொண்டான்.

"சரி."

"வரேன்'' என்று சொல்லிவிட்டு ஸ்ரீனிவாஸன் காரைச் சுற்றி வாயைப் பிளந்து கொண்டு நின்ற சிறுவர்களை விரட்ட இரண்டுதரம் "பூம் ! பூம்" என்று ஊதிவிட்டு காரைத் திருப்பிக் கொண்டு போய்விட்டான்.

"யார் அது, பிள்ளையாண்டான்?'' என்று விசாரித்தார் எதிர்வீட்டுக்காரர்.

"என்னோடே வாசிக்கறான். கும்பகோணத்திலே ரிடையர்டு என்ஜினியர் ராமசாமி ஐயர் இருக்காரே, அவர் பிள்ளை......."

"அதானே பார்த்தேன் - பார்த்த முகமா இருக்கேன்னு" என்றார் மகாலிங்கையர். "போய்ச் சட்டையைக் கழட்டிப் போட்டுவிட்டுக் காபி சாப்பிடு, போ . பரிக்ஷை நன்னா எழுதியிருக்கையா?"

"ஏதோ எழுதியிருக்கேன். பாஸானால் சாமி புண்ணியந்தான். இரண்டு பகுதியிலே நல்ல மார்க்கு கிடைத்துவிடும். ஒரு பகுதி ஊதினாலும் ஊதிவிடும்."

"உனக்கா ஊதும்! பலே ஆசாமியாச்சே நீ ! போ. பேரனை உள்ளே வரவிடாமல் பேசிண்டேருக்கேன்னு உன் பாட்டி என்னைக் கோபிச்சுக்குவாள்;" என்றார் மகாலிங்கையர்.

மகாலிங்கையர் போனபின் அவருடைய பிள்ளை கிருஷ்ணமூர்த்தி வந்தான்.

"வா சாமா! நீ சௌக்கியமா?"

"சௌக்கியம்தான். நீ சௌக்கியமா?"

"சௌக்கியம் தான் அப்பா."

"உன் எருமை மாடு சௌக்கியமா?"

"எத்தனை நாளானாலும் அதை மாத்திரம் நீ மறந்துவிடாதே" என்றான் கிருஷ்ணமூர்த்தி. "பேரனை இன்னும் காணலியே, காணலியேன்னு பாட்டிதான் உசிரை விட்டுண்டிருந்தாள். பேரன் வந்துட்டான்" என்று, உள்ளே பழையதை எடுத்து வைத்து விட்டுச் சாப்பிடக் கூப்பிட வந்திருந்த பாட்டியைப் பார்த்துக் கிருஷ்ணமூர்த்தி சொன்னான்.

"சாப்பிட்டுவிட்டு வரேன்" என்று கிருஷ்ண மூர்த்தியிடம் சொல்லிவிட்டு சாமா உள்ளே போனான். சட்டையைக் கழற்றி மாட்டிவிட்டு, முகம் கைகால் எல்லாவற்றையும் அலம்பிக் கொண்டு சமையலறைக்குள் நுழைந்தான் சாமா. பழையது தயாராக எடுத்து வைத்திருந்தது; இலையும் போட்டிருந்தது. சாதம் போடத் தயாராக அவன் அத்தை ஜானம்மாள் உட்கார்ந்திருந்தாள்.

அடுப்பண்டை ஏதோ காரியம் செய்வது போலச் செய்து கொண்டே திரும்பித் தன்னைப் பார்த்த யுவதியைக் கண்டு சாமா ஒரு நிமிஷம் திடுக்கிட்டான். அது யார் என்று

அவனுக்கு நிதானப்பட இரண்டு விநாடி பிடித்தது. புரிந்து கொண்டதும் அவன் திகைத்துப் போனான். ஒரு வருஷத்தில் தான் என்ன மாறுதல்! கமலாவா இப்படி வளர்ந்து விட்டாள்!

"சாதம் போடு அத்தை" என்று சொல்லிக் கொண்டே சாமா இலையில் உட்கார்ந்தான். இரண்டு பிடி சாப்பிட்டபின், கமலாவைப் பார்த்து "என்ன கமலா, பேசமாட்டேங்கிறயே! முதல்லே எனக்கு அடையாளமே தெரியல்லை.... சௌக்கியம் தானே?" என்றான்.

கமலா ஒன்றும் பதில் சொல்லவில்லை. கமலாவின் தாயார் ஜானம்மாள் தான் பதில் சொன்னாள்: "சௌக்கியத்துக்கு என்னடா குறைச்சல்! மாமா வாத்துச் சோத்தைச் சாப்பிட்டுண்டு குதிராட்டமா வளந்துண்டிருக்கா!"

2

"இலுப்பக் கரண்டியிலே குடமிளகாய் வறுத்து வச்சேன்; போட்டயா; போடு" என்று சொல்லிக் கொண்டே சுந்தாப்பாட்டி சமையலறைக்குள் வந்தாள்.

"எல்லாம் போட்டாச்சு!" என்று சற்று அதட்டலாகவே ஜானம்மாள் பதில் அளித்தாள். "போடாட்டா நீ எங்க உசிரை எடுத்துட மாட்டயா? போட்டாச்சு, போட்டாச்சு! அங்கேயே இரு நீ ! இங்கே வந்து எச்சல், பத்து, தீட்டு எல்லாத்தையும் ஒண்ணாப் பண்ணிட்டுப் போயிடாதே! கூடத்திலேயே இரு."

கமலா இதையே இன்னும் கொஞ்சம் ஹிதமாகச் சொன்னாள். "போட்டாச்சு பாட்டி; போட்டாச்சு. நீ போய் ஊஞ்சல்லே உக்காந்துக்கோ. கண் தெரியாமே இங்கே எதையாவது உருட்டிக் கொட்டிவிடாதே."

திடீர் என்று, "எச்சல்! எச்சல்" என்று எட்டு வீட்டுக்குக் காது கேட்கும் படியாகக் கத்தினாள் ஜானம்மாள். "அந்தப் பிரும்மா உன் காலிலே ஒரு கண்ணை வக்காமே போனானே ! அவனைச் சொல்லணும். போ, போ! உன் பேத்தி சாப்பிட்ட எச்சலை மிதிச்சாச்சு. எங்கே பாத்தாலும் எச்சலாக்கி விடாதே. நில்லு அப்படியே! கமலா, ஒரு டம்ளர் ஜலம் எடுத்து அவ காலிலே கொட்டு."

சுந்தாப்பாட்டி நின்ற இடத்திலேயே அசையாமல் நின்றாள். "எங்கேடி எச்சல்? அங்கே எங்கேயோ இருக்கு. வீணா ஏன் என் வயத்தெரிச்சலைக் கொட்டிக்கறே!" என்றாள் பாட்டி.

ஆனாலும் கமலா ஒரு டம்ளரில் ஜலம் கொண்டு வந்து அவள் காலில் கொட்டிய பிறகுதான் அவள் அங்கிருந்து நகர்ந்தாள்.

“ஏன் பாட்டி, தள்ளாத வயசிலே இப்படிக் குறுக்கும் நெடுக்குமா நடந்து உடம்பை அலட்டிக்கறே? போய்க் கூடத்திலே உக்காரு. இதோ நான் சாப்பிட்டுவிட்டு வரேன் " என்றான் சாமா.

"அவளுக்கு அங்கே இருப்புக் கொண்டால் தானே!" என்றாள் ஜானம்மாள். "நாங்கள்ளாம் அவளுடைய அருமந்தப் பேரனுக்கு வயிறு நிறையச் சாதம் போடுவமோ, மாட்டோமோ என்று அவளுக்குக் கவலை. பார்க்க வந்துட்டாள்."

"பேரன் வரான், வரான்னு கார்த்தாலை முதல் அவள் பறந்த பறப்பு, பார்த்தவாளுக்குன்னா தெரியும்! இப்போ நீ கேலி பண்ணப்போறயேன்னு சும்மா இருக்காள்'' என்றாள் கமலா.

"பேரனுக்காக ஓலையைப் போட்டு அடுப்பை மூட்டி அவ கையாலேயே குடமிளகாய் வறுத்து வச்சிருக்காள்." என்றாள் ஜானம்மாள்.

"இன்னொரு குடமிளகாய் போடு கமலா" என்று கேட்டு வாங்கிக் கொண்டான் சாமா.

"இன்னிக்குக் கார்த்தாலை வேடிக்கையாக நான் பாகற்காய்க் குழம்பு பண்ணறேன்னு சொன் னேன். அவ்வளவுதான் ! பாட்டிக்கு வந்த கோபத்தைப் பாக்கணுமே!" என்று சொல்லிக் கமலா கலீர் என்று சிரித்தாள்.

இவள் சிரிப்புத்தான் எவ்வளவு இனிமையாக இருக்கிறது என்று எண்ணியவனாக, சாமா "ஏன்?" என்று கேட்டான்.

"பேரனுக்குப் பாகற்காய் குழம்பு பிடிக்காதாம்! அதைப் பண்ணாதேடின்னு குதிக்க ஆரம் பித்துவிட்டாள்."

கூடத்தில் போய் அவளுடைய நிரந்தரஸ்தானமாகிய ஊஞ்சலில் உட்கார்ந்து விட்ட சுந்தாப் பாட்டியைப் பார்த்து

சாமா "இப்பவெல்லாம் எனக்குப் பாகற்காய் குழம்பு கூடப் பிடிச்சுப் போச்சு பாட்டி" என்றான்.

சுந்தாப் பாட்டியின் காதில் அவன் சொன்னது சரியாக விழவில்லை. பேரனும் அவர்களுடன் சேர்ந்து கொண்டு தன்னைக் கேலிதான் செய்கிறான் என்று அவள் எண்ணிக் கொண்டாள். "போடாப்பா! அவா சொல்றதை எல்லாம் கேட்டுண்டு என் மண்டையைப் போட்டு உருட்டாதே!" என்றாள்.

"பாட்டியைப் போய்ச் சொல்லப் போய்ட்டாளே, பேத்தி! இவ மாத்திரம் என்ன லேசா? எங்க சாமா வரப் போறான், எங்க சாமாவரப் போரான்னு...."

தன் தாயார் அந்த வாக்கியத்தை முடிக்கும் வரையில் கமலா காத்திருக்கவில்லை. முகத்தைத் திருப்பிக் கொண்டு "போடியம்மா போ! இதென்ன கேலி ! " என்றாள்.

சாமா சிரித்தான். "மொத்தத்திலே இந்த ஆத்திலே நீ ஒத்திதான் சமத்தூன்னு சொல்லேன், அத்தை! சாமா வந்தா என்ன, வராட்டாத்தான் நமக்கென்னன்னு பேசாமே, கவலைப்படாமல் இருந்தயாக்கும்!"

கமலா கலகல வென்று சிரித்தாள்.

சாப்பாட்டை முடித்துக் கொண்டு சாமா எழுந்திருக்கப் பார்த்தான்.

"இன்னொரு பிடி வாங்கிக்கோயேண்டா சாமா. இருந்தாலும் வரவரச் சாப்பாடு மோசமாப் போயிண்டிருக்கே! ஓடற பாம்பை மிதிக்கிற வயசிலே, இப்படித்தான் சாப்பிடுவாளா? நன்னாருக்கு!" என்றாள் ஜானம்மாள். இன்னொரு கை போடறேன். இல்லாட்டா, நான் சரியா உனக்குச் சாதம் போடல்லே, நீ இளைச்சுத் துரும்பாய்ப் போயிட்டேன்னு அம்மா எங்கிட்டே சண்டைக்கு வந்துடுவாள். அவ கோபத்துக்கு ஆளாக நான் தயாராயில்லை."

"போதும் அத்தை" என்று சொல்லிக் கொண்டே சாமா இலையை மடக்கிவிட்டான். 'இங்கே எனக்குக் கிடைப்ப தெல்லாம் சுந்தாப் பாட்டிக்காகத்தான் போலிருக்கு. நீங்களா யிருந்தால் என்னைப் பட்டினியே போட்டு விடுவேள் போலிருக்கே........ உம்........"

"அதுக்கில்லை........" என்று இழுத்தாள் ஜானம்மாள். "உம். சாதம் போறுமானால் எழுந்திரு. கை அலம்பு. சாப்பிட்டானப்புறம் எச்சக்கலையிலே உட்கார்ந்திருக்கப் படாது. சண்டை வரும்னு சொல்லுவா........"

சாமா எழுந்தான். இரண்டாங்கட்டில் கை அலம்பி விட்டு, சுந்தாப் பாட்டிக்குப் பக்கத்தில் ஊஞ்சல் பலகையில் போய் உட்கார்ந்தான். தன் மங்கிய கண்களில் அளவு கடந்த வாத்ஸல்யம் ததும்ப அவள் அவனை நோக்கினாள். தாயில்லாக் குழந்தையை ஆறுமாதம் முதல் எடுத்து வளர்த்துப் பெரியவனாக்கியவள் அல்லவா அவள்!

"சாப்பிட்டாச்சா?"

"ஆச்சு! உன் பெண்ணும் பேத்தியுமாச் சேர்ந்துண்டு ஒண்ணரை வயத்துக்குச் சாதம் போட்டு விட்டார்கள். படுத்துக்கொண்டால் தேவலைப் போல் இருக்கு."

"படுத்துக்கறயா வேணுமானால் ?" என்று கேட்டுவிட்டுப் பாட்டி தன் ஊஞ்சலைச் சாமாவுக்கு ஒழித்துவிடப் போனாள். சாமாவைத் தவிர வேறு யாராவது அந்த ஊஞ்சலில் இடம் கேட்டிருந்தால் பாட்டியிடம் அவர்கள் படுகிறபாடு சொல்லி மாளாது.

"வேண்டாம் பாட்டி! நீ உக்காரு. சாப்பிட்ட வுடன் படுக்கக்கூடாது. அதல்லாமல் மணி நாலு நாலரை ஆகிவிட்டது. இப்போ படுத்தா சரியாத் தூங்க முடியாது. உன்னோடு சித்தநாழி பேசலாம்னுதான் வந்து உக்கார்ந்தேன்."

இதற்குள் சமையறக்கட்டில் காரியத்தை எல்லாம் முடித்துக்கொண்டு ஜானம்மாளும் கூடத்தில் வந்து உட்கார்ந்தாள். கமலாவும், கையில் ஏதோ பழைய பத்திரிகையுடன் வந்து, தாழ்வாரத்துத் தூணில் சாய்ந்துகொண்டு நின்றாள்.

"ஏன் நிக்கறே. கமலா; உக்காரேன். கையில் என்ன பத்திரிகை அது? உனக்காக என் பெட்டியிலே இரண்டு புஸ்தகம் வாங்கி வச் சிருக்கேன்........" என்றான் சாமா.

"பட்டணத்திலே உனக்கு உங்க அத்தங்காள் ஞாபகம் கூட இருந்ததா என்ன?" என்றாள் ஜானம்மாள் கேலியாக.

"என்னமா அத்தை, ஞாபக மில்லாமே போயிடும் ? அப்படிப் போக எனக்கு எத்தனை அத்தங்கா இருக்கா ? நீதான் சொல்லேன்."

"போருண்டாப்பாபோரும். இருக்கிற அத்தங்காளுக்கே வழி பிறக்க மாட்டேங்கறது!" என்று சொல்லி ஜானம்மாள் பெருமூச்சுவிட்டாள். சிறிது நேரம் பேசாமல் இருந்தாள். பிறகு, "அவளுக்காக இரண்டு பொஸ்தகம் கொண்டு வந்திருக்க யோல்லியோ! போறாதா? பொஸ்தகம் ஒண்ணு தானே அவளுக்கிப்போ குறைச்சல்!" என்றாள்.

"என்ன புஸ்தகம் கொண்டு வந்திருக்கே சாமா? கதைப் புஸ்தகமா?" என்று கமலா ஆவலுடன் கேட்டாள்.

"ஒண்ணு, பாட்டுப் புஸ்தகம். இன்னொண்ணு நாவல். பெட்டியைத் திறந்து நீயே எடுத்துக்கோ. மேலேதான் வச்சிருக்கேன்" என்று சாமா தன் பூணூலிலிருந்து பெட்டிச் சாவியைக் கழற்றிக் கமலாவிடம் கொடுத்தான்.

புஸ்தகங்களை எடுத்துவரக் கமலா காமரா அறைக்குள் போயிருந்த போது சாமா தன் அத்தையைப் பார்த்துச் சொன்னான். " முடிஞ்சிருந்தால் என் பெட்டியிலே போட்டு

உனக்கு ஒரு நல்ல மாப் பிள்ளையும் கொண்டு வந்திருப்பேன். முடியல்லையே! என்ன பண்றது?"

ஜானம்மாள் பதில் சொல்லவில்லை. மறுபடியும் ஒரு தரம் பெருமூச்செறிந்தாள்.

"அததற்குக் காலம் வரவேண்டாமா?" என்று சுந்தாப்பாட்டி வேதாந்தம் பேசினாள்.

அவளை எரித்துவிட விரும்புகிறவள் போலப் பார்த்தாள் ஜானம்மாள்.

சாமா,"பார்க்கலாம். இந்த லீவிலே ஏதாவது ஒரு நல்ல வரனாகப் பார்த்து ஏற்பாடு செய்து விடறேன், பாரேன்" என்று சொன்னான்.

ஜானம்மாள் இதற்கும் உடனே பதில் அளிக்கவில்லை. சிறிது நேரம் கழித்து உரத்த குரலில், சிரிப்பும் அழுகையும் கலந்த பாவத்தில் "கமலா!" என்று கூப்பிட்டு "கேட்டயாடி உன் அம்மாஞ்சி சொல்றத்தை! உனக்கு ஒரு நல்ல வரனாப் பார்த்துக் கல்யாணம் பண்ணி வச்சிப்புட்டுத்தான் இந்த லீவிலே வேறே காரியம் பார்க்கப் போறானாம்....! பாத்துக்கோ, உன் அம்மாஞ்சியின் கரிசனத்தை!" என்று சொன்னாள்.

காமரா அறையில் இருந்த கமலாவின் காதில் இந்த வார்த்தைகள் நிச்சயமாக விழுந்திருக்கும். ஆனால் அவள் ஒரு பதிலும் சொல்லவில்லை.

3

சிறிது நேரம் கூடத்தில் இருந்தவர்கள் யாரும் ஒன்றும் பேசவில்லை. அந்த மௌனம் கமலா மறுபடியும் கூடத்துக்கு வந்த பிறகுதான் கலைக் தது.

கையில் இரண்டு புஸ்தகங்களுடனும் ஒரு பெரிய போட்டோ படத்துடனும் கமலா காமரா அறையிலிருந்து வந்தாள். "பாத்தியாம்மா, காலேஜ் போட்டோ!" என்றாள். "சாமா! போட்டோவை இன்னிக்கே சோலமலையிடம் கொடுத்தனுப்பிக் கண்ணாடி போட்டு மாட்டிவிடு. இல்லாட்டா அதும்பாட்டுக்கு மாசக்கணக்காப் பெட்டியிலேயே கிடந்தூடும்; நீ மறந்துடுவே."

இதை ஒரு'சாக்'காகச் சொன்னாளே தவிர கமலா உண்மையில் அந்தப் போட்டோவில் தன் அம்மாஞ்சியையும் அவனுடன் இருந்தவர்களையும் வெளிச்சத்தில் சரியாகப் பார்க்க வேண்டும் என்ற அந்தரங்க ஆசையுடன்தான் வெளியே கொண்டு வந்திருந்தாள்.

"இது மாதிரி இன்னும் இரண்டு கூடப் பெட்டி யில் இருந்துதே!" என்றான் சாமா.

ஆனால் அது ஒன்றுதான் கமலாவின் கவனத்தைக் கவர்ந்தது. அவளும் அவள் தாயாரும் முற்றத்தில் வெளிச்சத்தில் நின்று படத்தைப் பார்த்துக்கொண்டிருந்தார்கள். சாமாவும் எழுந்து முற்றத்துக்கு வந்தான்

"எங்கே காட்டு, நானும் பாக்கறேன்" என்று சுந்தாப்பாட்டியும் ஊஞ்சலைவிட்டு எழுந்து வந்தாள். "உனக்கு. அதிலே என்ன தெரியும்? கண் தான் மங்கிப் போச்சே!" என்றாள் ஜானம்மாள். "போட்டோவிலே மருமான் எங்கே இருக்கான்னு உனக்கே தெரியல்லையாம்!...." என்றாள் கமலா.

"அத்தை இப்போ படத்தில் மருமான் எங்கேன்னு தேடல்லை. நீ அப்படி எண்ணிண்டது உன் மேலேதான் பிசகு" என்றான் சாமா.

"பின்னே எதைத் தேடறாளாம்"

"சொல்லட்டுமா ?"

"சொல்லேன்."

"சொல்லியே விடட்டுமா?"

"என்னவோ பிரமாதப் படுத்தறயே! சொல்லேன்."

சாமா புன்னகையுடன் "இந்தப் படத்தில் இருப்பவர்களில் யார் தனக்கு மாப்பிள்ளையாக வந்தால் தேவலை என்று அத்தை பார்த்துக் கொண்டிருக்கிறாள்" என்றான்.

"சையப்பா! " என்று சொல்லிக் கமலா முகத்தைத் திருப்பிக் கொண்டாள்.

"நீதான் இந்த லீவிலே தேடித்தரேன்னுட்டயே! எனக்கென்ன இனிமேல் கவலை ? " என்றாள் ஜானம்மாள் கடுகடுப்பாக.

"பாரேன், நான் சொன்னபடி...." என்று சாமா ஆரம்பிக்கையில் சிவந்த முகத்துடன் கமலா குறுக்கிட்டாள்: "என்னை இப்படியெல்லாம் கேலி செய்வதாயிருந்தால், நான் போறேண்டியம்மா. எனக்கு உள்ளே வேலை கிடக்கு. இந்தா, சாமா, படத்தைப் பிடி" என்றாள்.

"கடுகத்தனை அம்மாஞ்சி, அவனும் உன்னைக் கேலி பண்ணப் படாதுன்னா வேறே யார் கேலி பண்ணினாத்தான் பொறுக்குமாம் உனக்கு?" என்று ஜானம்மாள் தன் பெண்ணைக் கடிந்து கொண்டாள்.

“கேலி என்ன இதிலே? நல்ல வரனாப் பார்த்துக் கல்யாணம் பண்ண வேண்டாமா? வயசு ஆகல்லையா?" என்றாள் சுந்தாப்பாட்டி.

“வயசுதான் ஆறதே!” என்று குறைப்பட்டுக் கொண்டாள் ஜானம்மாள்.

"நாராயணனுக்கு உலக விவகாரம் ஒண்ணுமே தெரியாது.தன் பொண்ணுக்குக் கூட அவன் வரன் தேடிண்டு போனது கிடையாது; மருமாளுக்காகத் தேடப்போறானா? சாமாதான் பாத்து ஏற்பாடு செய்யணும். படிச்சவனா, நல்லவனா, பணம் அதிகம் கேக்காதவனாப் பாத்து..........." என்றாள் சுந்தாப் பாட்டி.

"இதோ கையிலே என்னோடே படிச்சவா படம் இருக்கே!" என்று சிரித்துக் கொண்டே சாமா சொன்னான். "இதிலே எந்தப் பையனை உனக்குப் பிடிச்சிருக்குன்னு சொல்லு அத்தை. முடியுமானால் அவனையே பார்த்து கமலாவுக்கு முடித்து விடறேன்."

ஜானம்மாள் சிறிது நேரம் தயங்கினாள். "வேலையிருக்கு. உள்ளே போறேன்” என்று கிளம்பிய கமலா கூடச் சிரித்தபடியே படத்தைப் பார்த்துக் கொண்டு நின்றாள். சுந்தாப்பாட்டியின் கிழக் கண்கள் படத்தில் தன்னுடைய பேரன் எங்கே என்று துழாவிக் கொண்டிருந்தன.

"விளையாட்டில்லை அத்தை " என்றான் சாமா.

"நிஜமாகத்தான். யாரைப் பிடிச்சிருக்குன்னு சொல்லேன். என் வகுப்புப் பையன்கள் எல்லோருமே நான் எது சொன்னாலும் கேட்பார்கள். தவிர என் அத்தங்காளுக்குத்தான் என்ன, அழகிலே குறைவா, அறிவிலே குறைவா?"

"யார் நன்னாருக்கான்னு சொல்லட்டுமா?" என்று கேலியாகச் சிரித்துக் கொண்டே ஜானம்மாள் கேட்டாள். சிறிது நேரம் படத்தையே உற்றுப் பார்த்தாள். அப்புறம் முதல் வரிசையில்

உட் கார்ந்திருந்த ஒருவனுடைய உருவத்தில் கை வைத்துக் காட்டினாள்.

சாமா அவள் காட்டிய உருவத்தைக் குனிந்து பார்ப்பதன் முன் கமலாவின் குரல் கேட்டது. "அது நம்ம சாமா படம்னா. டிரெஸ் போட்டுண் டிருக்கான். அதனாலே உனக்குத் தெரியல்லை" என்றாள் கமலா.

சாமா தன் அத்தையைப் பார்த்தான்; நிமிர்ந்து அத்தங்காளையும் பார்த்தான். ஏன் அவளுடைய முகம் இப்படித் திடீரென்று கோவைப் பழம்போலச் சிவந்தது?

"சாமா படமா அது?" என்று ஒன்றும் அறியாதவள் போலக் கேட்டாள் ஜானம்மாள்.

"இப்படி நான் நின்னுண்டு பேசிண்டிருந்தாக்கே ராத்திரி சமையல் பன்னிரண்டு மணிக்குத் தான் ஆகும். மாமா வந்து கோபிச்சுக்குவா. நான் போறேன்'' என்று சொல்லிக்கொண்டே கமலா அங்கிருந்து அகன்றுவிட்டாள். போகும் போது ஓரக் கண்ணால் தன்னுடைய 'அம் மாஞ்சியை' ஒருதரம் பார்த்துவிட்டுப் போனாள். அதைச் சாமா கவனிக்கவில்லை- என்னதான் படித்திருந்தாலும் அசட்டு'அம்மாஞ்சி' தானே அவன்!

" எங்கே? இதுதானே சாமா?" என்று கேட்டபடியே சுந்தாப்பாட்டி போட்டோவைத் தன் கையில் வாங்கிக் கொண்டாள்.

"காரிலே இங்கே என்னைக்கொண்டு வந்து விட்டு விட்டுப் போனானே ஸ்ரீனிவாஸன், அவன் தான் இது" என்று வேறு ஓர் உருவத்தை சாமா தன் பாட்டிக்குக் காட்டினான்.

சுந்தாப்பாட்டி வேறு ஓர் உருவத்தைக் காட்டி "இது யாரு? வெட்கம் மானத்தை யெல்லாம் விட்டுட்டு இத்தனை புருஷாளுக்கு மத்தியிலே ஜம்னு உட்கார்ந்திருக்காளே, இது யாரு?" என்றாள்.

"அதுவா? என்னோடே கூடப் படிக்கறது. ராஜீன்னு பேரு. ஜட்ஜ் வீட்டுப் பெண்."

“எங்கே?” என்று ஜானம்மாள் போட்டோவைத் தன் கையில் மறுபடியும் வாங்கிப் பார்த்தாள். அப்புறம் "கமலா! கமலா! இதைப் பார்த்தயோடி நீ?" என்று சமையலறைக்குள் சென்ற தன் பெண்ணைக் கூப்பிட்டாள். கமலா வந்ததும் அவள் கையில் போட்டோவைக் கொடுத்தாள். "பாத்த யாடி இந்தப் பொண்ணை. நம்ம சாமாவோடே சரி சமானமாப் படிக்கறதாம். ஜட்ஜி வீட்டுப் பொண் ணாம் " என்றாள்.

"அதுக்கென்ன இப்போ?" என்றாள் கமலா.

சிறிது தயங்கிவிட்டு, "படத்திலே பார்க்க அழகாத் தான் இருக்காள்" என்றாள்.

"நேரிலே பார்க்கவும் சுமாரா அழகாய் இருப்பாள். ஆனால் படிப்பிலே அவ்வளவாகப் போறாது. சுமார்தான்" என்றான். சாமா.

"உட்கார்ந்திருக்கிற இருப்பே ரொம்பவும் அலங்காரமாத்தான் இருக்கு” என்றாள் கமலா

"இல்லாட்டா உன்னையும் என்னையும் போலக் கட்டுப் பெட்டியா கர்நாடகமா இருக்கணும் எங் கறயா?" என்றாள் ஜானம்மாள்.

“புது நாடகமா, அலங்காரமா மட்டும் இருந்துட்டாப் போதுமா? இந்த மாதிரிப் பொண்களைக் கல்யாணம் பண்ணிக்கிறவன் ஒருவேளைப் பிண்டத்துக்குக்கூட அடிச்சிண்டு அழவேண்டியதுதான்."

“சாப்பாட்டுக்கா பிரமாதம்? சமையல்காரனை வச்சுக்கறது” எள்றாள் கமலா.

"எனக்கும் படிச்ச, நாகரிகப் பெண்களைக் கண்டால் பிடிக்கறதில்லை தான். ஆனால் ராஜி, பாவம், அப்படி

எல்லாம் இல்லை. நல்ல பெண். படிப்பிலே அதிகமில்லாவிட்டாலும் விவேகமுள்ளவள்...." என்றான் சாமா.

"படத்திலே பார்க்கறச்சயே தெரிகிறதே!" என்று கமலா குறுக்கிட்டாள்.

சாமா அவளை நிமிர்ந்து பார்த்தான். அவள் அதைச் சொன்ன குரல் அவனுக்குப் பிடிக்கவில்லை. "நீயே பாரேன் " என்றான் சாமா. "நேரில் பார்த்தால் தெரியறது. அவள்கூட அடுத்த மாசம் இங்கே நம்மாத்துக்கு வருவதாகச் சொல்லி இருக்காள்."

இந்தச் செய்தியை எப்படி அங்கீகரிப்பது என்று அங்கிருந்தவர்கள் யாருக்கும் தெரியவில்லை. கடைசியில் சுந்தாப்பாட்டி " நம்மஜாதிப் பொண் தானே அது?" என்று கேட்டாள்.

"ஆமாம்."

"உன்னோடேயெல்லாம் சகஜமாகப் பேசுமா அது ?" என்று ஆச்சரியத்துடன் ஜானம்மாள் கேட்டாள்.

"பேசாமே என்ன ?" என்றான் சாமா. "பேசினால் என்ன? இப்போ நானும் கமலாவும் பேசல்லையா ? அண்ணா தம்பிகளோடே எல்லோரும் பேசறதில்லையா? அப்படித்தான். போட்டோவில் இருக்கிற எல்லாப் பெண்களும் என் வகுப்புத்தான். அவர்கள் எல்லோருமே எல்லோருடனும் சகஜமாகப் பேசுவார்கள்."

"எல்லோருமே நல்லவாளா இருந்துட்டால் தப்பில்லைதான்" என்று ஜானம்மாள் ஆக்ஷேபித்தாள்."ஆனால் எல்லோருமே உன்னைப்போல நல்லவாளா இருப்பாளா ?"

பெண் கல்வியைப் பற்றி விரிவாக விவாதிக்க அப்பொழுது சாமாவுக்கு மனமில்லை. தவிரவும் ஜானம்மாளுடன் அது விஷயமாக விவாதித்துத் தன்னால் வெற்றிபெற முடியாது

என்பதும் அவனுக்குத் தெரியும். அவளுடைய கேள்விக்கு அவன் பதில் அளிக்கவில்லை.

இரண்டு நிமிஷம் கழித்து ஜானம்மாள் "என்னமோ அப்பா! இதை யெல்லாம் பத்தி எனக்கென்ன தெரியும்? ஆனால் ஒண்ணு மட்டும் நிச்சயம். இவ்வளவு தடிப்பயல்களுடன் சரிசமானமா என் பொண் பேசிப்பழகிண்டிருக்க நான் ஒரு நாளும் சம்மதிக்க மாட்டேன்..." என்றாள்.

பேச்சை வேறு போக்கில் திருப்ப சாமா முயன்றான்."அப்பா எங்கே? இன்னும் காணோமே? பொடி வாங்கப் போனாளாம்!" என்றான்.

ராஜியைப் பற்றிய பேச்சை அத்துடன் விட்டு விடக் கமலாவுக்கும் இஷ்டமில்லை போலும். "மற்ற பையன்களும் பெண்களும் நிக்கறாளே, நீயும் அவளும் மட்டும் வாத்தியார்களுடன் சரிசமானமா உக்காந்திண்டிருக்கேளே, ஏன் ? " என்று கேட்டாள்.

"அதுவா? அவள் மாணவிகள் சங்கத்துக் காரியதரிசி. நான் மாணவர்கள் சங்கத்துக் காரியதரிசி. இரண்டு காரியதரிசிகளுக்கும் போட்டோவில் உக்கார இடம் கொடுப்பது கலாசாலையின் சம்பிரதாயம்."

"படிப்பில் அவள் அவ்வளவா கெட்டிக்காரி இல்லேன்னியே!"

"படிக்கற பெண்களுக்குள் அவள்தான் கெட்டிக்காரி."

"ஓஹோ!" என்றாள் கமலா. பிறகு சிறிது நேரம் யோசித்துவிட்டு "அவள் என்னிக்கி வர தாகச் சொன்னாள் ?" என்று கேட்டாள்.

"நிச்சயமில்லை. ஆனால் வருவதற்கு முந்தி எழுதுவாள்; ஏன்?"

"கேட்டேன். உம்......... படம் நன்னாத்தான் இருக்கு" என்றாள் கமலா.

எந்தப் படம் - ராஜியின் படமா, தன்னுடையதா, அல்லது முழுபோட்டோவுமா- எது நன்றாயிருந்தது என்று சாமா அவளைக் கேட்கவில்லை.

"ரெண்டு காரியதரிசிகளும் மட்டும் சேர்ந்து படம் எடுத்துக்கறதுன்னு சம்பிரதாயம் கிடையாதோ?" என்று ஜானம்மாள் கேட்டாள்.

"இன்னும் ஏற்படவில்லை" என்று சொல்லிச் சாமா சிரித்தான். அப்பொழுது வெளியே அவன் தகப்பனாருடைய குரல் கேட்டது. அவருடன் பேசச் சாமாவும் வெளியே போனான்.

4

தகப்பனும் பிள்ளையும் ஒன்பது மாதங்களுக்குப் பிறகு சந்திக்கிறார்கள். பேச எவ்வளவோ விஷயங்கள் இருக்கும். அவர்களுக்கு இடையே நாம் குறுக்கிடாமல், பண்டைய சம்பிரதாயப்படி வாசகர்களுக்கு இங்கு (சந்தர்ப்பம் கிடைத்த போது) ஊர்வளம், தெருவளம், ஜனவளம் எல்லாவற்றையும் சொல்லுவோம்.

நமது கதை நிகழும் களமாகிய சாத்தனூர் என்னும் இந்த கிராமம் தஞ்சை ஜில்லாவிலே உள்ள எத்தனையோ சாத்தனூர்களில் ஒன்று. இது காவேரி நதியின் வடகரையில், கும்பகோணத்துக்கு மேற்கே சுமார் ஐந்து மைல் தூரத்தில் உள்ள ஒரு சிறு கிராமம். சிவ க்ஷேத்திரம்; பாடல் பெற்ற ஸ்தலம் என்றும் சொல்லுவார்கள். இருபதாம் நூற்றாண்டின் நாகரிகத்தின் அம்சங்கள் சிலவும் இந்த குக்கிராமம் வரை எட்டி இருக்கின்றன என்றே சொல்ல வேண்டும். அதற்கு முக்கிய காரணம் இந்த கிராமம் கும்பகோணத்திலிருந்து திருவையாறு செல்லும் ராஜபாட்டையில் இருப்பது தான்.

முன் ஒரு காலத்தில் இந்த சாத்தனூர் கிராமம் பொருள் வளம் போலவே கலை வளமும் நிறைந்ததாய் இருந்திருக்க வேண்டும் என்றுதான் தோன்றுகிறது. இப்போதும் அவ்விரண்டு வளங்களும் ஒரு காலத்தில் நிறைந்திருந்த இடமாகத்தான் காட்சி அளிக்கிறது அவ்வூர். தனி மனிதர்களுக்கும் சமுதாயங்களுக்கும் உண்டாவது போலவே ஊர்களுக்கும் கால கதியில் ஏற்றமும் தாழ்வும் ஏற்படுவது விந்தைதான்!

மராட்டியர்கள் தஞ்சையில் அரசாண்ட காலத்தில் ஒரு மன்னனுக்கு ஒரு சின்ன சங்கீத வித்துவானிடம் சிறிது மதிப்பு உண்டாயிற்று. அம் மதிப்பைக் குலைத்துக் கொள்ளாத விதமாக அந்த வித்துவான் நெடுங்காலம் நடந்து கொள்ளவே மன்னன் அவருக்கு இந்த சாத்தனூர் கிராமத்தை ஸர்வமானியமாக அளித்தான் - அவரும் அவருடைய சந்ததியாரும் சிலகாலம் வயிற்றுப் பாட்டை மறந்து விட்டுக் கலைப்பாட்டிலே ஈடுபடட்டும் என்று. ஆனால் அந்த வித்துவானுக்குப் பின் அந் தப் பரம்பரையிலே சங்கீதக் கலை தலைகாட்டவே இல்லை. வித்துவானுக்குப் பின் வந்தவர்கள் வேறு விதத்தில் கெட்டிக்காரர்களாய் இருந்தனர் ; தங்களுக்குக் கிடைத்த ஆஸ்தியை வெகு சாமர்த்தியமாகப் போற்றி வளர்த்துப் பெருக்கினார்கள். ஆனால் இதுவும் நாலைந்து தலைமுறைகளில் தான் நடந்தது. பின்னர் அந்தக் குடும்பமே கணிக்க ஆரம்பித்து விட்டது. படிப்படியாக மதிப்பிழந்து இறங்கிவிட்டது. ஸர்வமானியமாகக் கிடைத்த பரந்த நிலப்பரப்பில் இப்போது ஒரு சதுர அடி நிலம்கூட அந்தக் குடும்பத்தில் வந்தவர்களுடைய ஸ்வாதீனத்தில் இல்லை. அந்தக் குடும்பத்தின் இன்றைச் சின்னமாக ஊரில் பிச்சை எடுக்காத குறையாக நடமாடும். பிரக்ருதிக்கு, பிரிட்டிஷ் கோர்ட்டு சிவில் சட்ட விஷயங்கள் பூராவும் அத்துபடி என்று ஊரார் சொல்லிக் கொள்ளுகிறார்கள்.

பத்து வேலி நிலத்தை எட்டு வருஷங்களில் தீர்த்துக் கட்டியிருப்பவருக்கு இதுகூடத் தெரிய வேண்டாமா? ஆனால் ஒன்று; அவருக்குச் சட்டம் தெரியலாம்; சட்டத்தின் நுணுக்கங்களும் முக்கியப் பகுதிகளும் பிரிவுகளும் நன்கு தெரியலாம்; எனினும் நியாயமும் தர்மமும் அவர் அறியாத விஷயங்கள் என்பதும் ஊரார் அறிந்த விஷயம்தான். தெரிந்திருந்தால் இந்த வயதில் பொய்ச்சாட்சி சொல்லத் தயாராக, யார் கூப்பிடுவார்கள் என்று, தினம் கச்சேரி வாசலில் காத்துக் கிடப்பாரா ?........ சாரமற்ற விஷயம் ; இவரைப்பற்றி இவ்வளவு போதும்.

சாத்தனூரில் ஸர்வமானிய அக்கிரஹாரம் பூர்வ காலத்தில் ஆசிரமம் இருக்கும் என்று வர்ணிப்பார்களே, அதுபோலவே இருக்கும். எனினும் அந்த ஆசிரமத்துக்கும், இந்த அக்கிரஹாரத்துக்கும் உள்ள விசேஷ வித்தியாசங்களை மட்டும் முதலில் சொல்லிவிடுவோம். அந்தக் காலத்து ஆசிரமத்தில் வேத கோஷங்கள் சதா ஒலித்துக் கொண்டிருக்குமாம். இங்கோவெனில் சிறுவர்கள் தெருவில் கோலியோ, கிட்டிப்புள்ளோ ஆடிச் சண்டை போட்டுக் கொள்ளும் இனிய கோஷம் தான் காதில் விழும். அதில்லாவிட்டால் செட்டும் கட்டுமான கிரஹதர்மிணிகள் வெண்டைக்காய்க் கூடைக்காரிகளுடன் கொசுருக்காகக் கெஞ்சிக் கொண்டிருக்கும் கீதம்தான் காதில் விழும் அல்லது கருத்துள்ள பிள்ளைகள் திண்ணையில் உட்கார்ந்து கொண்டு "ஓரோண் ஒண்ணு " என்று சந்தம் வைக்கும் சத்தம்தான் காதில் ஒலிக்கும்.

சில சமயம் பெரியவர்களின் சீட்டுக் கச்சேரிச் சண்டைகளும் சல்லாபங்களும் கேட்கும். ஆசிரமத்தின் நீர்த் துறைகளில் அந்தக் காலத்தில் பசுவும் புலி யும் சேர்ந்து தண்ணீர் குடித்தன என்று எழுதி வைத்திருக்கிறார்கள். அது எப்படியோ, இப்பொழுது சாத்தனூர் ஸர்வமானிய அக்கிரஹாரத்தில் நடக்க முடியாத விஷயம். இங்கே பசு இருக்கிறது, புலி இல்லை. ஆனால் பசுவைப் போன்ற சுபாவமுள்ளவர்களும், புலியைப் போன்ற சுபாவமுள்ளவர்களும் (இருவரும் மனிதர்கள்தான்!) பலர் அக்கிரஹாரத்தில் பக்கத்துப் பக்கத்து வீடுகளில் வசிக்கிறார்கள்.

மற்றபடி அந்தக் காலத்து ஆசிரமத்தில் இருந்ததாகச் சொல்லப்படும் அழகும் அமைதியும் பரிபூர்ணமாக சாத்தனூர் ஸர்வ மானிய அக்கிரஹாரத்தில் குடிகொண்டிருந்தன என்பது உண்மையே. தெரு நல்ல கோடையிலும் குளுமையாக இருக்கும்; நல்ல மழையிலும் சுத்தமாக இருக்கும். சிவன் கோயிலுக்கும் அதைச் சுற்றியிருந்த ஊருக்கும் கிழக்கே தொலைவில் இருந்த அந்தத் தெருவில் ஜன நடமாட்டம் அதிகம் கிடையாது. சுவாமி தரிசனம் செய்ய ஊருக்கு

வந்துவிட்டுப் போகிற வெளியூர் வாசிகள் பலருக்கு சாத்தனூரில் ஸர்வ மானிய அக்கிரஹாரம் என்று ஒரு தெரு இருப்பதே தெரியாது.

தெருவில் இரண்டு வரிசை தென்னை மரங்கள் ஓங்கி வளர்ந்திருந்தன. ஒவ்வொரு வீட்டின் திண்ணைக்கும் தெருவுக்கும் நடுவே உள்ள இடை வெளியில் அந்தந்த வீட்டுக்காரர்களுக்கு உகந்த படி அலங்காரமாகவோ உபயோககரமாகவோ சிறு தோட்டங்கள் இருந்தன. உதாரணமாக இதோ குரோட்டன்களும், வாசனையற்ற பூஜைக்கு உபயோகமாகாத கனகாம்பர நீலாம்பர புஷ்பச் செடிகளும் ரோஜாச் செடிகளும் நிறைந்த இந்தத் தோட்டத்தை முன்னால் உடைய இவ்வீட்டின் சொந்தக்காரர், பணத்தின் அருமை தெரியாத, சர்க்கார் பென்ஷன் வாங்கும் ஓர் உத்தியோகஸ்தர். இதோ வாசலில் வாழையையும் வேறு பல காய்கறிச் செடிகளையும் பயிர் செய்து நல்ல வீட்டின் பார்வையைக் குட்டிச் சுவராக்கியிருப்பவர், காரைக்குடியில் ஒரு செட்டியாரிடம் பத்து வருஷம் கணக்கு எழுதிக்கொண்டிருந்து விட்டு கையில் இருபதினாயிரம் ரொக்கத்துடன் திரும்பி வந்து நிலபுலங்கள் வாங்கிக் கொண்டு செட்டும் கட்டுமாகக் குடித்தனம் பண்ணும் ஸ்ரீனிவாஸைய்யர் தான். நாராயணையர் வீட்டு வாசலிலோ வெளியே, தென்னை பாக்கு முதலிய மரங்கள் ஓங்கி வளர்ந்திருக்கின்றன. இரண்டு வேப்ப மரங்கள் அடர்ந்து. வளர்ந்திருக்கின்றன. வாசனையை அள்ளி வீசும் மல்லிகை, இரவு ராணி முதலிய ஏழெட்டு புஷ்பச் செடிகள் பூத்துக் குலுங்குகின்றன. 'கமானின்' மேல் சம்பங்கியும் முல்லையும் படர்ந்திருக்கின்றன. தோட்டத்தை அடுத்திருக்கும் யானையடிக்கல் தளம் போட்ட குறட்டில் கோடையில், மாலையில் தண்ணீரைக் கொட்டிவிட்டு, இரவில் படுத்தால், சுகமாகத்தான் இருக்கும்: சந்தேகம் என்ன ?

ஒரு காலத்தில் இந்த அக்கிரஹாரத்தில் நூறு வீடுகளுக்குமேல் இருந்ததாகப் பெரியவர்கள் சொல்லுகிறார்கள். இருந்திருக்கலாம்.

வேண்டிய இடம் இருக்கிறது. அந்த வீடுகளில் ஒரு பாதிக்கு மேல் இப்பொழுது வாழைத் தோட்டங்களாகவும் மா, தென்னை, பலா முதலிய மரங்கள் அடர்ந்த சோலைகளாகவும் உருமாறி விட்டன. தெருவில் சற்றேறக் குறைய வீடு என்று பெயர் சொல்லக் கூடியவை முப்பதுதான் இப்போது உள. அவைகளுள்ளும் இரண்டு மூன்று சதா பூட்டியே கிடப்பதால் கிலமாகிக் கொண் டிருக்கின்றன. நாலைந்தில், வீட்டிற்கொரு தனி விதவையைத் தவிர நடமாட வேறு மனிதர்களே கிடையாது. எஞ்சிய இருபது இருபத்திரண்டு வீடுகளில் குடியும் குடித்தனமு மாகவும் சீரும் செட்டுமாகவும் இருபது குடும்பங்கள் ஜீவித்து வருகின்றன. ஒரே தெருவில் வசித்த இந்த இருபது குடும்பங்களில்தான், ஒன்றுக்கொன்று எவ்வளவு தார தம்மியம் !

தெருவிலே மகாலிங்கையருடைய வீடுதான் மிகவும் பெரியது. ஊரிலேயே அவருடைய குடும்பம்தான் பெரியது என்று சொல்ல வேண்டும். அவர் பிள்ளைகள், அவருடைய தமையன் மார்களின் பிள்ளைகள் என்று பத்து வயது முதல் ஐம்பது வயது வரையில் பத்துப் பன்னிரண்டு பேர்வழிகள் அதில் இருந்தார்கள். ஸ்திரீ ஜனங்களின் தொகை (விதவைகள் உள்பட) இதைவிடச் சற்று அதிகமாக இருக்குமே தவிரக் குறையாது. பேரன் பேத்தி குஞ்சு குளுவான்களைப் பற்றியோ கேட்க வேண்டி யதே இல்லை; 'வள்ளிசாக' இரண்டு டஜன் இருக்கும். ஆனால் ஒன்று; நல்ல வேளையாக மகாலிங்கையரின் குடும்பத்தார் எல்லோருமே ஒரே சமயத்தில் சேர்ந்தாற்போல சாத்தனூரில் தங்கி இருப்பது கிடையாது. அருகிலும் தூரத்திலும் இருந்த நகரங்களிலே ஏதோ சௌகரியமாகக் குடித்தனம் நடத்திக் கொண்டிருந்த உறவினர்களின் வீடுகளிலே முறை வைத்துக் கொண்டு அவர்கள் மாறி மாறி அடைக்கலம் புகுந்து விடுவார்கள். பொது ஜன வாசக சாலைகளிலே எந்தப் புஸ்தகம் யாரிடம் இருக்கிறது என்று எழுதி 'நோட்டுப்' போட்டு வைத்துக் கொள்ளுவார்களே அது போல ரகசியத்தில் மகாலிங்கையரும் செய்து வருவார் என்று தான் எண்ண வேண்டி இருக்கிறது.

இல்லா விட்டால் எந்தப் பேத்தி, எந்தப் பேரன் எந்தச் சமயம் எந்த ஊரில் யார் வீட்டில் இருக்கிறார்கள் என்று அவருக்கு எப்படித் தெரிய முடியும் ? இவ்வளவு பெரிய குடும்பத்தை அவருக்கிருந்த சொல்ப ஆஸ்தியை வைத்துக் கொண்டு அவர் எப்படிச் சமாளித்தார் என்பதும் அவர் மட்டுமே அறிந்த ரகசியமாக இருந்தது. ஏதோ செப்பிடு வித்தை தான் அது. அந்த மந்திரம் அவர் ஒருத்தருக்குத் தான் தெரியும் போலும். குடித்தனம் நடத்தியது மட்டுமல்ல; அந்தஸ்தாகவும் பகட்டாகவும் ஊரில் பெரிய மனுஷனைப் போல வாழ்ந்து வந்தார் அவர்.

அடுத்தபடியாகப் பெரிய குடும்பம் சீதாராமையருடையது தான். அவருக்கு ஏழெட்டு பிள்ளைகள்; நாலைந்து பெண்கள். இதில் ஒரு பகுதி மூத்த சம்ஸாரத்தினுடையவை. இளையாள், பாவம்!

ஒரு நோஞ்சான். நாலைந்து வருஷமாகவே படுத்த படுக்கைதான். கும்பகோணத்திலிருந்து வாரத்திற் கொருமுறை டாக்டர் வந்து பார்த்துக்கொண்டிருந்தார். இளையாளாக வாழ்க்கைப் பட்டு வந்த புதுசில் தன் மாற்றாள் குழந்தைகளை வஞ்சக மில்லாமல் தன் குழந்தைகளைப் போலவே பாராட்டி வளர்த்தாள். அதனால் அவளுக்குத் தெருவில் நல்ல பெயர் ; புண்ணியசாலி என்றும், மஹா லக்ஷ்மி போல் இருக்கிறாள் என்றும் சொல்லிக் கொள்ளுவார்கள். சீதாராமையர் பணக்காரர். அவருக்கு ஏழெட்டு வேலி நிலமும் ஏராளமான புன்செய்களும் கையில் நிறைய ரொக்கமும் உண்டு. தர்மிஷ்டர்; செலவாளி. அவருடைய குணாதிசயங்கள் ஒரு 'தினுசு.' கதாசிரியனுடைய நோக்குடன் பார்க்கவும் கேட்கவும் திருப்திகரமாகவும், ரஸமாகவும் இருக்கும். ஆனால் அவருடன் ஒட்டி வாழ்ந்து குடித்தனம் நடத்த வேண்டிய நிர்ப்பந்தத்தில் மாட்டிக் கொண்டிருந்த அவருடைய மனைவி மக்களுக்குச் சொல்ல முடியாத வேதனையாக இருந்தன அவருடைய குணாதிசயங்கள்.

தெருவிலுள்ளவர்களில் மற்றவர்களைப் பற்றி விசேஷமாகக் குறிப்பிட வேண்டியது அதிகமில்லை. அவசியமானால் கதையில் அவர்களைச் சந்திக்க நேரும் போது விரிவாகச் சொல்லுவோம். இங்கே வெகு சுருக்கமாகச் சிலரைப் பற்றி மட்டும் சொல்லி விடலாம். 'ஸாவுகார்' (இது பட்டப் பெயர்) ராமச் சந்திரையர் தம்பிடி தம்பிடியாகத் 'தம்' பிடித்துச் சேர்த்தால் அது நூறு ரூபாய், ஆயிரம் ரூபாய், லக்ஷம் ரூபாய் என்று சேர்ந்து விடும் என்ற ஒரே லக்ஷியத்துடன் உயிர் வாழ்பவர். அதே மாதிரி அவருடைய தகப்பனார் 'தம்' பிடித்துச் சேர்த்து வைத்திருந்த ஆஸ்தி ஒரு லக்ஷமாவது இருக்கும் என்று ஊரார் சொல்லுவார்கள். சாத்தனூர் சப் ரிஜிஸ்டிரார் ஸ்ரீனிவாஸாசாரியாரும் ஸர்வமானிய அக்கிரஹாரத்தில் தான் குடி இருக்கிறார்; அவரைப் பற்றி அதிகம் சொல்லத் தேவை இல்லை; அவர் சர்க்கார் உத்தியோகஸ்தர். அதற்கேற்ற தோரணையும் மதிப்பும் உள்ளவர். மாஜி உபாத்தியாயர் ஒருவரும் இரண்டொரு பென்ஷன்தாரர்களும் தெருவில் வீடு வாங்கிக் கொண்டு புதிதாகக் குடியேறியிருக் கிறார்கள். இன்னும் பலர் அவர்கள் எல்லோரும் மிகவும் சாதாரணமானவர்கள். சிலர் வைதிகர்கள்; சிலர் குட்டி மிராசுதார்கள். ஏதோ எப்படியோ வாழ்க்கை என்ற நாடகத்தை நடத்திக் கொண்டு நடமாடிக்கொண் டிருக்கிறார்கள், மனிதர்கள் என்ற பெருமைப் பெயருடன்.

வயதான 'மைனர்'ப் பையன்களுக்கும் சாத்தனூர் ஸர்வ மானிய அக்கிரஹாரத்தில் இடம் இருக் கிறது; இரண்டு பேர்வழிகள் இருக்கிறார்கள். பணத் தெம்பு அதிகம் இல்லாததால் அவர்கள் இருவரும் கும்பகோணத்து நிஜ 'மைனர்'களின் பாதையில், அவர்களுக்குச் சற்றுத் தொலைவிலேயே, நடப்பவர்கள்.

5

தெருக்காரர்களைப் பற்றி மட்டும் சொல்லி விட் டால் போதுமா? இந்த அக்கிரஹாரத்தின் வாழ்க்கையில் மற்ற தெருக்காரர்களுக்குச் சிறிது கூடப் பங்கில்லாமலா போய் விடும்? அவர்களைப் பற்றியும் சிறிது சொல்லுவோம்.

தெருவுக்கு வெளியே இருந்து கொண்டு தெருக்காரர்களின் மேல் அதிக ஆதிக்கம் செலுத்துபவர் களில் முக்கியமானவர் ஸ்தல தெய்வமாகிய சிவ பெருமான் தான். கோயில் இத்தெருவிலிருந்து சற்று ஒதுங்கியே இருந்தது. எனினும், அதனுடைய வாழ்க்கை கோயிலுடன் சற்று நெருக்கமாகவே பிணைபட்டிருந்தது என்பதில் ஆச்சரியம் ஒன்றுமில்லை. அதிகாலையிலிருந்து அர்த்தராத்திரி வரையில் ஆறு காலங்களிலும் கோயில் மணி கண கண என்று ஆனந்தமாக ஒலிக்கும். கடிகாரம் இல்லாத வீடுகளில்- கிராமத்தில் முக்கால் வாசி வீடுகளில் கடிகாரம் கிடையாது- இந்த மணிச் சப்தத்தை ஆதாரமாகக் கொண்டு தான் தினசரி அலுவல்கள் - எழுகை, ஸ்நானபானாதிகள், சாப்பாடு, ஓய்வு, தூக்கம், எல்லாம் நடக்கும். கிராமத்தின் வாழ்க்கைக்கு இந்தக் கோயில் மணி திவ்வியமான சுருதியாக அமைந்திருந்தது. தெருவிலிருந்து தினசரி தவறாமல் மாலையில் கோயிலுக்குப் போய் விட்டு வருபவர்களும் உண்டு. கோயிலில் உத்ஸ வாதிகள் ஆரம்பித்து விட்டால் ஸர்வ மானிய அக்கிரஹாரத்தில் சில வீடுகளுக்கேனும் விருந்தாளிகள் வந்துவிடுவார்கள். சுருக்கமாகச் சொன்னால் போதுமே.... குடும்பத்து எண்ணைக் கொள்முதல் கூட ஏதோ சொல்பமேனும் கோயில் காணிக்கைக் கும் சேர்த்துத்தான் ஒவ்வொருவரும் செய்தாக வேண்டும்.

சர்வ வல்லவராகிய இந்தச் சிவபிரானுக்கு அடுத்தபடியாக ஊரில் ஆட்சி செலுத்தியவர் ஸ்ரீமான் சிவஷண்முகம் பிள்ளை அவர்கள். ஊர்ப் பொதுக் காரியங்கள் எல்லாவற்றிற்கும் அவர்தான் தனிக் காட்டு ராஜா. (ஸர்வமானிய அக்கிரஹாரத்தில் இந்தக் கலியுக தெய்வத்தின் பிரதி நிதியாக விளங்கியவர் மகாலிங்கையர் தான்.) ஸ்ரீமான் சிவஷண்முகம் பிள்ளையைச் சிம்மா சனத்திலிருந்து இறக்கி விட்டு தாம் முடி சூட்டிக் கொண்டுவிட வேண்டுமென்று பத்து வருஷங்களாக ராமநாதையர் விடாமுயற்சி செய்து வருகிறார். ஆனால் அது நடக்கக் கூடிய காரியமாகத் தோன்ற வில்லை. பிராமணரல்லாதாருக்கு ஸ்ரீமான் சிவ ஷண்முகம் பிள்ளையவர்களிடம் அபாரமான அசைக்க முடியாத பக்தி உண்டு. பிள்ளையவர்களுக்கோ வெனில் பிராமணர்களிடம் அசைக்க முடியாத பக்தி. தெய்வ சித்தம் மட்டும் இருக்கு மானால், இப்படியே அவர் இன்னும் பத்து வருஷங்களுக்குக் குறையாமல் சாத்தனூரில் ஆதிக்கம் செலுத்துவார். கோயில் டிரஸ்டி; பஞ்சாயத்துத் தலைவர். மளிகைக் கடை, ஜவுளிக் கடை, சில்லறைக் கடை என்று அவருக்கு ஊரில் மூன்று கடைகள் இருக்கின்றன. நில புலமும் வேண்டியது இருக்கிறது. தேவையானபோது பணம் கொடுக்கவோ கும்பகோணத்தில் வட்டிக் கடைகளும் பாங்குகளும்தான் பெருகிக் கொண்டிருக்கின்றனவே! அவருக்கென்ன கவலை? ஆனால் அவருடைய மூன்று பிள்ளைகளுக்கும் மட்டும் தங்கள் தகப்பனாரிடம் விசுவாசமே கிடையாது. ரகசியமாக அவர்கள் மூவரும் ராமநாதையரின் கட்சியை ஆதரிப்பவர்கள். தகப்பனாரின் ஆஸ்தியில் தங்களுக்கென்று ஏதாவது கொஞ்சமாவது தங்குமா என்று அவர்கள் கவலைப் பட்டுக் கொண்டிருக்கிறார்கள். அவர்களில் ஒருவன் பின்னாடி ஏதாவது கிடைக்குமோ கிடைக்காதோ என்ற சந்தேகத்தால் இப்பொழுதே பத்திரங்கள் எழுதிக் கொடுத்துக் கடன் வாங்கி தாராளமாக சிவஷன்முகம் பிள்ளையின் ஸாக்ஷாத் பிள்ளையாக வாழ்க்கை நடத்திக் கொண்டிருக்கிறான். அடுத்த தலைமுறையில் பசி வந்து விடப் போகிறதே என்று மற்றவர்கள் இருவரும் தவித்துக் கொண்டிருக்கிறார்கள்.

ஆனால் சிவஷண்முகம் பிள்ளைக்கோ பெயரிலும் புகழிலும் படாடோபத் திலும் பசி விழுந்திருக்கிறது; வேறு எதையும் அவர் லக்ஷியம் செய்வதாகக் காணோம்.

ஊரில் ஸ்ரீமான் பிள்ளையவர்களின் முயற்சியால் "லோகல் பண்டு" ஆஸ்பத்திரி ஒன்று, போஸ்டாபீஸ் ஒன்று, பொதுக் கூட்டங்கள் கூடப் 'பார்க்கு' ஒன்று எல்லாம் ஏற்பட்டிருக்கின்றன. கும்பகோணத்தில் உள்ள பார்க்குகளை எல்லாம் விட சர்த்தனூர்ப் பார்க்குதான் உயர்ந்தது என்பது சாத்தனூர் வாசிகளின் தாழ்மையான அபிப்பிராயம். பட்டணத்து டாக்டரைவிட உள்ளூர்ப் "பரிகாரி"க்குத்தான் சாத்தனூரிலே மதிப்பு அதிகம். தபாலாபீஸைப் பற்றிக் கூட உள்ளூர் அபிப்பிராயம் அப்படித்தான் என்று வைத்துக் கொள்ளுங்களேன்! இந்த ஸ்தலங்களைத் தவிர கடைத் தெரு, காபி ஹோட்டல்கள் எல்லாம் ஊருக்குப் பொதுவானவை. ஸர்வமானிய அக்கிரஹார வாசிகள் அனைவரும் தினம் ஒரு தரமாவது : மேற்கே போய்விட்டு வருவார்கள். கோயிலுக்குப் போவதும் மேற்கேதான்; புல்லுக்கட்டு வாங்கப் போவதும் மேற்கேதான். நாராயணையரும் பொடி வாங்குவதானால் மேற்கேதான் போயாக வேண்டும். கிழக்கே என்றால் காவேரிக்கு என்று தான் அர்த்தம்; சிலசமயம் கள்ளுக் கடைக்கு என்றும் 'அனர்த்தம்' செய்வதுண்டு.

அடுத்தபடியாக தெரு மிராசுதாரர்களின் வயல்களில் வேலை செய்யும் பண்ணையாட்களையும் குத்தகைக்காரர்களையும் தான் நாம் முக்கியமானவர்களாகக் கருதுகிறோம். ஆனால் அந்த மிராசுதாரர்களுக்கு அப்படி இல்லை; தங்கள் வீட்டுப் பசுக்களுக்கும் எருதுகளுக்கும் சமானமானவர்கள் என்றுதான் இவர்களை எண்ணுகிறார்கள்; கறக்க வேண்டிய வரையில் கறந்துகொண்டு விட்டுவிட வேண்டிய 'வஸ்து'க்கள் என்றுதான் அவர்கள் ஞாபகம்.

தெருவில் வீடுகளைக் கூட்டிப் பெருக்கி வேலை செய்யும் வேலைக்காரிகள் ஒரு தனி ரகத்தைச் சேர்ந்தவர்கள். அவர்களுள் மகாலிங்கையரைப் போலவே அவர் வீட்டில்

வேலை செய்த பெண்ணரசியும் முக்கியமானவள். அவள் பெயர் தில்லைக்கண்ணு என்கிற பொன்னம்மாள். வயது முப்பதுக்குமேல் தான் இருக்கும். எனினும், பார்த்தால் இருபது வயது என்று மதிப்பிடும்படியாகத் தள தளவென்று பகட்டாக இருப்பாள். அவள் கணவன் சிறு வயதிலேயே அவளை விட்டுவிட்டு மலேயா போய்விட்டானாம். அதற்கு முன்னரே இஷ்டப்படி சுதந்தரமாகத் திரிய ஆரம்பித்துவிட்ட பொன்னம்மாளுக்கு அவன் போனது நல்லதாகிவிட்டது. மகாலிங்கையர் வீட்டில் பொன்னம்மாள் வைத்ததே சட்டம். அந்த வீட்டில் அவள் தாயில்லாதவர்களுக் கெல்லாம் தாய் என்றும், பெண் இல்லாதவர்களுக் கெல்லாம் பெண் என்றும் ஊரார் விஷமமாகச் சொல்லுவார்கள். இது அப்படியே உண்மையாக இராது எனினும் உண்மைக் கலப்பே அற்ற விஷயமும் அல்ல. அது எப்படி ஆனாலும் மகாலிங்கையர் வீட்டில் தில்லைக்கண்ணு என்கிற பொன்னம்மாளுக்கு இருந்த செல்வாக்கு சற்று அதிகம் என்றே தான் சொல்ல வேண்டும். தெரு வேலைக்காரிகளில் அவளுக்கு அடுத்தபடியாக நம் கதைக்கு முக்கியமானவள் நாராயணையர் வீட்டில் வேலை செய்யும் கிழவிதான். ஆனால் அவளுடைய முக்கியத் துவம் பொன்னம்மாளுடையதைப் போன்றதல்ல.

இவர்களைத் தவிர கிராம சமுதாயத்திற்கு அவசியமான வியாபாரிகள், தயிர் மோர் பால்காரிகள், கூலியாட்கள் முதலியோரை வாசகர்களின் கற்பனைக்கே விட்டுவிடலாம் என்று தோன்றுகிறது. எல்லாவற்றையும் விரிவாக விரித்துக் கொண்டிருந்தால் "எமக்கு என்ன ஓய்! கொஞ்சங்கூட அறிவு கிடையாது என்று எண்ணி விட்டீரோ ?" என்று வாசகர்கள் நம்மிடம் சண்டைக்கு வந்தாலும் வரலாம். தவிரவும் பட்டினத்திலேயே வளர்ந்து பட்டினத்துத் தண்ணீரிலேயே ஊறியவர்களாய் இருந்தாலும் வாசகர்களில் அநேகமாக எல்லோருமே ஒருதரமாவது, பழைய ஜன்மவாசனை இழுக்க, கிராமங்களின் பக்கம் போயிருக்க மாட்டார்களா?

சாத்தனூர் போன்ற தஞ்சை ஜில்லா கிராமங்களில் முஸ்லிம் சகோதரர்களுக்குத் தனி இடம் உண்டு. இது ஒரு சீர்திருத்த

நாவலாய் இருந்தால் அவர்களைப் பற்றி உதாரணங்கள் கொடுத்து இங்கே அதிகம் எழுத வேண்டி இருக்கும். நல்ல வேளையாகச் சீர்திருத்தப் பசி எதுவும் நமக்கில்லை. நம் கதையில் சாத்தனூர் முஸ்லிம்கள் அதிகமாகக் குறுக்கிடவும் இல்லை.

இன்னும் ஒருவரைப் பற்றி மட்டும் இங்கே எழுதி விட்டோமானால் இந்த சாத்தனூர் ஜனவளப் பகுதி திருப்திகரமாக முடிந்துவிடும். ஆனால் அவரைப் பற்றி எழுதுவது சற்றுச் சிரமமான காரியம். அவர் எல்லாம் வல்ல இறைவனைப் போலவும் தாமரை இலைத் தண்ணீர் போலவும் எதிலும் பட்டும் படாமலும் இருப்பவர். உதாரணமாக ஓர் அல்ப விஷயத்தை எடுத்துக் கொள்ளுவோம். அவர் ஸர்வமானிய அக்கிரஹாரத்தில் வசிப்பவரா அல்லது வேறு தெருவில் வசிப்பவரா? அது கூட நிச்சயமாகச் சொல்லுவதற்கில்லை. ஒரு காலத்தில் இதே அக்கிரஹாரத்தில் அவருக்கு மூன்று வீடுகள் இருந்தன ; வாஸ்தவம்தான். இப்பொழுதும் அவர் வேறு தெருவுக்கு வசிக்கப் போய்விடவில்லை.

ஸர்வமானிய அக்கிரஹாரத்திலிருந்து காவேரிக்குச் செல்லும் பாதையில் ஒரு தென்னந்தோப்பில் சவுக்கண்டி அமைத்துக் கொண்டு அவர் வசித்து வருகிறார். அது ஸர்வமானிய அக்கிரஹாரத்தைச் சேர்ந்ததா அல்லவா? சேர்ந்தது என்றும் சொல்லலாம்; சேராதது என்றும் சொல்லலாம். தபாலாபீஸில் விசாரிக்கலாம் என்றாலோ - தபாலாபீஸுக்கும் அவருக்கும் வெகு நாளாக எவ்விதமான சம்பந்தமும் கிடையாது. அவருக்கு யாரும் கடிதம் எழுதுவதில்லை ; அவரும் யாருக்கும் எழுதுவதில்லை

ஆமாம்: உலகத்திலேயே தனி மனிதர் அவர். பெண்டாட்டி, பிள்ளை, மற்றும் நெருங்கிய உறவினர்கள் அநேகமாக எல்லோரும் ஒருவர் பின் ஒருவராக அவரை விட்டுப் போய் விட்டார்கள். எஞ்சிய ஒரு பிள்ளையிடமிருந்து அவர் தாமாகவே 'அறுத்து'க் கொண்டு விட்டார். கடைசிப் பந்தம்

விலகிய போது அவருக்கு வயது ஐம்பது கூட நிறைந்திராது. பீ.ஏ. வரையில் (அந்தக் காலத்தில்) படித்தவர்; நல்ல உத்தியோகம் பார்த்தவர்; சொத்தும் நிறைய இருந்தது. இப்பொழுது ஆண்டியாக தாடி வளர்த்துக் கொண்டு பீடி குடித்துக் கொண்டு சவுக்கண்டியில் காலம் தள்ளுகிறார், தனிமையில். ஆனந்தமாகவா துக்கத்துடனா என்று யாரும் சொல்ல முடியாது. அவருக்கே தெரியாது. சுகம், துக்கம் எல்லாவற்றையும் கடந்துவிட்டவர் அவர். சாதாரண மனிதனின் வாழ்க்கையைப் பாதிக்கக் கூடிய பசிகளை எல்லாம் வென்று வீழ்த்திவிட்டவர் அவர். மரணத்தை வருந்தி அழைக்கும் பசியைக்கூடத் தாண்டி விட்டவர் என்றால் பார்த்துக் கொள்ளுங்களேன்.

அவரைப் பற்றித் தெருவில் விசித்திர விசித்திரமாகக் கதைகள் சொல்லுவார்கள். வேடிக்கையாக வீணர்களால் திரித்துச் சொல்லப்படும் கதைகள் எல்லாம், சற்றே சிந்தித்துப் பார்ப்பவர்களின் மனத்தைப் பிளக்கக் கூடியனவாக இருக்கும். அவர் நமது கதாநாயகன் சாமாவுக்கு ஆப்த நண்பர்; ஒருவிதத்தில் குரு; லக்ஷ்ய புருஷர். தன் அறிவுப் பசியையும், விவாத தாகத்தையும் தணித்துக்கொள்ள சாமா அந்த ஊரில் அவரிடம் தான் போவான். நீட்ஷே என்ன, ப்ளேடோ என்ன, காண்ட் என்ன, மார்க்ஸ் என்ன - இப்படி மேல்நாட்டு மேதைகளின் வாக்கியங்களையும் சிந்தனைகளையும் சரமாரியாக சாமா அவரிடம் அவிழ்த்துவிடுவான். அவர் ஒரு புன்னகையுடன் அவனுடைய சந்தேகங்கள் எல்லாவற்றையும் திலகரின் கீதா ரகசியத்திலிருந்து ஒரு மேற்கோள் காட்டி அடக்கிவிடுவார்.

அவர் மராட்டி பாஷை பேசும் ராயர் : பெயர் சாம்பமூர்த்தி.

6

இவ்வளவு விரிவாக ஊரையும் ஊர்க்காரர்களையும் பற்றி எழுதியபின், நாராயணையரையும் அவர் குடும்பத்தையும் பற்றி இரண்டொரு பக்கங்கள் எழுதுவது மிகையாகாது என்றே தோன்றுகிறது. அப்படி எழுதுவது ஒருவிதத்தில் அவசியம் என்றுகூடச் சொல்லலாம்.

நாரயணையர் நல்ல வம்சத்தில் உதித்தவர். அவர்களுடைய முன்னோர்களில் பலர் வித்துவான்களாகவும் மந்திரிகளாகவும் இருந்து அரச சபைகளை அலங்கரித்தவர்கள். நாயக்கர்கள் தஞ்சையில் ஆள வந்தபொழுது நாராயணையருடைய முன்னோர்களில் ஒருவரும் செவ்வப்ப நாயக்கனுடன் வந்தார். நாயக்கர்களின் ஆட்சியிலும் அவர்களுக்குப் பின் வந்த மராட்டியர்களின் ஆட்சியிலும் அந்தக் குடும்பத்தின் பெருமை ஓங்கி வளர்ந்தது. பல யாகங்கள் செய்து புண்ணியமும் சுய அறிவினால் புகழும் சம்பாதித்திருந்த நாராயண தீக்ஷிதருக்கு அவர் காலத்திய மராட்டிய அரசன் மாயூரத்துக்கு அருகில் காவேரிக் கரையில் ஒரு கிராமத்தை மானியமாகத் தந்தான். அந்த நாராயண தீக்ஷிதரின் பேரரான சுவாமிநாத தீக்ஷிதர் என்பவர் வாஜபேயம் முதலிய யாகங்களைச் செய்து பெரும்புகழ் பெற்றிருந்தார். தர்க்க நியாய சாஸ்திரங்களில் அந்தக் காலத்தில் பாரத வர்ஷத்திலேயே அவரை வெல்லக் கூடியவர் யாரும் கிடையாது என்று புகழ் பெற்றிருந்தார். அவர் சம்ஸ்கிருதத்திலும், தமிழிலும் பல நல்ல நூல்கள் இயற்றியிருக்கிறார்.

சரபோஜி ராஜா நாட்களில் தஞ்சையைச் சீர்திருத்த முன் வந்த ஷ்வார்ட்ஸ் பாதிரியார் என்பவர் இந்த சுவாமிநாத

வாஜபேயரின் பிள்ளைகளில் ஒருவரான நாராயண வாஜபேயரை தஞ்சை சமஸ்தானத்து நியாயாதிபதிகள் மூவரில் ஒருவராக நியமித்தார். ஆனால் அவருக்குப்பின் அவருடைய குடும்பம், பொருளாதாரத் துறையில் மட்டுமின்றி, வேறு துறைகளிலும்கூடப் பின்னடைந்து ஷணிக்க ஆரம்பித்துவிட்டது.

அவருடைய பிள்ளைகள் எழுவரில் மூவர் நல்லவர், சாதுக்கள். மற்ற நால்வர் எதற்கும் துணிந்த அயோக்கியர்களாக இருந்தார்களாம். சுவாமிநாத வாஜபேயர் சம்பாதித்த பொருள் எல்லாம் இந்த அயோக்கியர்கள் கையில் அகப்பட்டுக் கரைந்து விட்டது; அவர்களும் சில நாளில் சந்ததி இல்லாமல் இறந்து ஒழிந்து விட்டார்கள். எஞ்சிய மூன்று சாதுக்களும் வஞ்சனை இன்றிக் குடும்பத்தை விருத்தி செய்தார்கள்; வயிறு வளர்த்தார்கள். பொருளோ அறிவோ அவர்கள் பராமரிப்பில் விருத்தியாகவில்லை.

இவர்களின் வழிவந்த நமது நாராயணையரின் பாட்டனார் தமமுடைய பூர்வீகமான கிராமத்தை விட்டு வெளியேறித் தம்முடைய மனைவியின் கிராமமாகிய சாத்தனூருக்கே குடிவந்துவிட்டார். அவருடைய மனைவி மூலம் அவருக்கு சொல்ப நில புலன்களும் சர்வமானிய அக்கிரஹாரத்தில் ஒரு நல்ல மாடி வீடும், கிடைத்தன. அவருடைய பிள்ளை (நாராயணையரின் தகப்பனார்) சுவாமிநாதையர் என்பவர் சாத்தனூரிலேயே ஒரு சின்னப் பள்ளிக் கூடம் வைத்து, சொல்பலேவாதேவியும் செய்து பொருளீட்டினார். அவருக்கு சங்கீதத்திலும் மற்ற நற்கலைகளிலும் ஈடுபாடு அதிகம். அது காரணமாகத் தாசிகளின் பழக்கமும் அவருக்கு ஏற்பட்டு அவர் ஈட்டிய பொருளில் பெரும் பகுதி கரைவதற்கு ஹேதுவாயிற்று. அவருக்கு நாலு பிள்ளைகளும் இரண்டு பெண்களும் பிறந்தார்கள். மூத்தவர்தான் நாராயணையர் ; அவரை எப். ஏ. வரையில் படிக்க வைத்தார். இரண்டாவது பிள்ளை ஜவுளிக் கடை வைக்கிறேனென்று வீட்டிலிருந்த பணத்தை யெல்லாம் மூட்டை கட்டிக்கொண்டு போய்த்

திருச்சியில் தாசி லோலனாகத் திரிந்துவிட்டு அல்பாயுஸில் மாண்டு போனான்.

அவருடைய இரண்டாவது பிள்ளையின் காரியங்களும் சாவுமே சுவாமி நாதையருடைய அகால மரணத்துக்குக் காரணம் என்று சொல்லலாம். இறக்கும் போது அவருக்கு வயது ஐம்பது ஐம்பத்திரண்டு தான் இருக்கும். அப்போது நாராயணையருக்கு வயது முப்பதிருக்கும்; நாகப்பட்டினத்தில் இருபது ரூபாய் சம்பளத்தில் தபாலாபீஸில் குமாஸ்தாவாக உத்தியோகம் பார்த்துக் கொண்டிருந்தார். அவருக்குக் கலியாணமாகிப் பத்து வருஷங்களாகியும் அப்போது புத்திர சந்தானம் இல்லாமலிருந்தது. அவருடைய மனைவியும் நல்ல வமிசத்தில், பெரிய குடும்பத்தில் உதித்த பெண். அவர்கள் இருவரும் குடித்தனம் நடத்திய அழகைப் பற்றி அந்தக் காலத்தில் அவர்களை அறிந்திருந்தவர்கள் எல்லோருமே இன்னமும் சொல்லுவார்கள். எடுத்ததற்கெல்லாம் நாராயணையருக்குப் பிரமாதமாகக் கோபம் வந்துவிடுமாம் ; கையில் அகப்பட்டதைக் கொண்டு மனைவியை நையப் புடைத்து விடுவாராம். தெருக்கூடி மத்தியஸ்தம் செய்து வைத்து விட்டுச் சிரிக்குமாம். தபாலாபீஸில் வேலை பார்த்த நாராயணையருக்குக் கோபம் வரவும், மனைவியை அடிக்கவும் ஒழிந்த நேரம் சாப்பாட்டு நேரம்தான்; எனவே பாதிநாள் அவர் அரைப்பட்டினி, அவர் மனைவி முழுப் பட்டினி என்றாகி விடுமாம்.

தன் மாமனார் இறந்து பத்து வருஷங்களுக்கெல்லாம், நாராயணையரின் மனைவியும், ஒரு பெண்ணையும் பிள்ளையையும் பெற்று வைத்துவிட்டு இறந்து விட்டாள். நாராயணையர் மறுவிவாகம் செய்து கொள்ளவில்லை. தாயில்லாத அவருடைய குழந்தைகளை எடுத்து வளர்த்துப் பெரியவர்களாக்கும் பொறுப்பு சுந்தாப்பாட்டி என்கிற நாராயணையரின் விதவைத் தாயாரின் தலையில்தான் விழுந்தது. அந்தப் பொறுப்பை ஏற்று மிகவும் சிரத்தையுடன் நிறைவேற்றினாள் அவள்.

நமது கதை ஆரம்பிக்கும் போது நாராயணையர் தபாலாபீஸ் உத்தியோகத்திலிருந்து பென்ஷன் வாங்கிக்கொண்டு விலகிவிட்டார். பென்ஷன் நூற்றைம்பது ரூபாய் வந்தது. சம்பாதித்த பணத்தில் மீதம் பிடித்து நல்ல நஞ்சையாக இரண்டு வேலி நிலம் வாங்கியிருந்தார். அவருக்கு வயதும் கிட்டத் தட்ட அறுபதாகி விட்டது. சீமந்த புத்திரியான காமாக்ஷிக்குக் கலியாணமாகிக் கணவனுடனும் குழந்தை குஞ்சுகளுடனும் வடக்கே டெல்லியில் இருந்தாள். பிள்ளைதான் சாமா என்கிற நமது சுவாமிநாதன்.

நாராயணையருடைய தம்பிகள் இருவரும் கல்கத்தாவில் இருந்தார்கள். கிருஷ்ணையர் என்பவர் சொந்தமாகக் கடை வைத்து வியாபாரம் செய்து கொண்டிருந்தார். அவர் திரைகடலோடியும் திரவியம் தேடியவர். ஆனால் தேடிய பொருள் தங்கவில்லை. அவரும் மனைவி அற்றவர்தான்; சிறுவயதிலேயே மனைவியை இழந்து விட்டவர் ; பிள்ளை குட்டிகளும் கிடையாது. சதுரங்கம், சீட்டு, வாசிப்பு இவற்றில்தான் அவருக்கு இப்போது உண்மையான ஈடுபாடு. நல்ல அறிவாளி. கடையில் வந்த சொல்ப வருவாயைக் கொண்டு போதுமென்ற மனத்துடன் காலம் தள்ளி வந்தார்.

அவருடைய தம்பி வேங்கடராமையருடன் தான் அவர் கல்கத்தாவில் வசித்து வந்தார். தம்பிக்கு ஒரு கம்பெனியில் மானேஜர் உத்தியோகம்; முன்னூறு ரூபாய் சம்பளம் வந்தது. அவருக்கு மூன்று சிறு குழந்தைகள் உண்டு. அவரை அவ்வளவாக அறிவாளி என்று சொல்ல முடியாது. ஆனால் அவருக்கில்லாத கெட்டிக்காரத்தனத்தைச் சரிக்கட்டப் போதிய அளவு சமர்த்து அவருடைய சஹதர்மிணி பாகீரதிக்கு இருந்தது. ஏழைக் குடும்பத்தில் பிறந்து அவஸ்தைப் பட்டவள் அவள் ; சாமர்த்தியசாலி; குடும்ப நிர்வாக மெல்லாம் அவள் கையில்தான். சுந்தாப் பாட்டியிடமும் நாராயணையரின் மனைவியிடமும் குடும்ப நிர்வாகப் பயிற்சி பெற்றவள் அவள். ஒன்பது வயது முதலே வேறு வழி இல்லாமல் புக்ககத்தில் அடைக்கலம் புகுந்துவிட்டவள். அவளுக்கு முத்தண்ணாவிடமும் சுந்தாப் பாட்டியிடமும்

அளவிடமுடியாத அத்தியந்தமான பக்தி. அவர்களுடைய மனம் கோணும் படியாக அவள் எதுவும் செய்துவிட மாட்டாள். முத்தண்ணாவின் பிள்ளை சாமாவிடமும் அவளுக்கு அதிக வாஞ்சை. தன் விடுமுறை நாட்களில் பாதியை சாமா கல்கத்தாவில்தான் சிறு தாயார் வீட்டிலே கழிப்பான்.

நாராயணையருடைய தங்கைகள் இருவரில் ஒருத்தி கலியாணமாகு முன்னரே பத்து வயதில் இறந்து விட்டாள். அவளால் யாருக்கும் எவ்விதக் கஷ்டமும் கிடையாது. ஜானகி என்ற பெயருடைய மற்றவளுக்குஅவளுடைய தகப்பனாரே கண்குளிரக் கல்யாணம் செய்து வைத்தார். ஆனால் புகுந்த இடம் சரியான இடமில்லை. ஜானகியின் புருஷன் தன் ஞாபகார்த்தமாக ஒரு பெண்ணையும் தீராத வியாதியையும் இரண்டாயிரம் ரூபாய் பெறுமானமுள்ள ஆஸ்தியையும் மூவாயிரம் ரூபாய் கடனையும் வைத்து விட்டு அல்பாயுஸாய்ப் போய்விட்டான். நாராயணையர்தான் தம் தங்கையின் கடன்களை அடைத்து நிலங்களை மீட்டார். ஜானகி சாதாரண ஹிந்துப் பெண்ணாக நல்லவளாகக் காலங்கடத்தி இருப்பாள்.

ஆனால் விதவையான பின் ஜானம்மாள் என்ற பெயருடன் அவள் மனத்திலே ஒரு விஷம் புகுந்துவிட்டது. நிர்த்தாக்ஷண்யமாக, சில சமயம் மூர்க்கமாகக் கூட, யாரையும் மதிக்காமல் அவள் எதையும் பேசுவாள். வயது ஆக ஆக அவளுடைய கெட்ட குணங்கள் அதிகரித்துக் கொண்டே இருந்தன. வாய்த்துடுக்கில் ஆரம்பித்து அகங்காரம், அசூயை, சகிப்பின்மை, கொடூரம் முதலிய துர்க்குணங்கள் அவளிடம் தாண்டவமாடின. இந்த விஷயத்தில் அவளும் அவளுடைய தாயான சுந்தாப் பாட்டியும் நேர் எதிர். சுந்தாப் பாட்டியின் மனத்திலே கள்ளம் கபடு கிடையாது; அவள் இருக்கும் இடத்திலேயே சாந்தமும் அமைதியும் குடிகொண் டிருக்கும்.

ஜானம்மாளுக்கும் அவளுடைய பெண் கமலாவுக்கும் இடையே குணதிசயங்களில் விசேஷ வித்தியாசம் இருந்தது.

ஆனால் கமலா அவளுடைய பாட்டியைக் கொண்டிருந்தாள் என்றும் சொல்லி விடமுடியாது; ஏதோ கலப்பு இருந்தது. கமலாவுக்கு நமது கதை ஆரம்பிக்கும் போது வயது பதினாலு ஆகிவிட்டது. கலியாணமாகவில்லை என்று தான் சொல்லி விட்டோமே. நாராயணையர்தான் பார்த்துச் செய்தாக வேண்டும். வேறு யார் கதி அவளுக்கு?

இவ்வளவு சொன்னபின் கமலாவின் உருவத்தைப் பற்றி இரண்டொரு வார்த்தைகளேனும் சொல்லாமல் இருக்கலாமா? சொல்லியே விடுவோம். இளமையின் பளபளப்பும் வசீகரமும் அவளுக்கிருந்தன. பொன்னிறமான மேனி. ஓடி ஆடி வீட்டு வேலைகள் செய்து பழகியதால் அவள் உடல் உறுதி பெற்றிருந்தது. அவள் உடலில் ஆரோக்கியம் நிறைந்திருந்தது என்பது அவளுடைய ஒவ்வொரு அசைவிலுமே நன்கு தெரிந்தது. உயரமும், உயரத்துக்குப் 'பாந்தமான ' காத்திரமும் அவளுக்கிருந்தன. அவள் கண்கள் ஆழ்ந்து கிடந்தன; ஆனால் வர்ணமற்றிருந்தன. நல்ல எடுப்பான மூக்கு; அகண்ட நெற்றி. இதற்கு சாமா "அகமுடையானை அடக்கி ஆளுவாள்'' என்று வியாக்கியானம் செய்வான். ஆனால் கமலாவை முதல் முதலாகப் பார்ப்பவர்கள் ஒருவரும் உடனே அவள் அழகியா அல்லவா என்று தெளிந்து சொல்லிவிட முடியாது. சாமாவுக்கே அந்த விஷயம் இன்னமும் சற்றுச் சந்தேகமாகவே இருந்தது. சிலருக்கு அவள் அழகியாகத் தோன்றலாம்; வேறு சிலருக்கு அவள் குரூபியாகக் கூடத் தோன்றலாம். சாமாவைப் போலவே நாமும் கமலா அழகியா அல்லவா என் பது பற்றிச் சற்றுச் சிந்திக்க வேண்டியதுதான்.

7

நாராயணையரும் சாமாவும் சுமார் ஒரு மணி நேரத்துக்கு மேல் என்னவெல்லாமோ விஷயங்களைப் பற்றிப் பேசிக்கொண் டிருந்தார்கள். அவர்களுடைய சம்பாஷணையின் பிற்பகுதியை மட்டும் நாம் இங்கே கவனிப்போம்.

சிறு குழந்தையைப் போல தன் பிள்ளையைத் தன்னுடன் சேர்த்து அணைத்து உச்சிமுகர வேண்டும் என்று நாராயணையருக்கு ஆசை. ஆனால் அவன் வளர்ந்து பெரியவனாகி விட்டவன் ; பீ. ஏ. பரிக்ஷை எழுதிவிட்டு வந்திருப்பவன்; ஏதாவது ஆக்ஷேபணை சொல்லுவானோ என்று அவர் பயந்து தன் ஆசையை அடக்கிக் கொண்டு இருந்து விட்டார். பக்கத்தில் அவனை உட்கார வைத்துக் கொண்டு கண்களில் அன்பு ததும்பி வழிய அவர் அவனுடைய தலையையும் முதுகையும் தடவிக் கொடுத்தார்.

"கல்கத்தாவிலிருந்து ஏதாவது கடிதம் வந்ததா?" என்று கேட்டான் சாமா.

"வந்தது; பாகீரதி இன்னும் பிரசவிக்கவில்லையாம்..."

"உம்....புதுசாக ஜாக் லண்டன் புஸ்தகங்கள் இரண்டு வாங்கிக்கொண்டு வந்திருக்கிறேன்.- மதி முகம் முதலிய கதைகள், ஜான் பார்லீகார்ண் என்று ஒரு நாவல்."

கல்கத்தாவைப் பற்றிப் பேசியவுடனே சாமாவுக்கு ஜாக் லண்டன் ஞாபகம் வந்துவிட்டது. ஆங்கில அமெரிக்க இலக்கிய ஆசிரியர்களிலே அவனுடைய பெரிய சித்தப்பாவுக்கு மிகவும் பிடித்த ஆசிரியர் ஜாக் லண்டன்தான். வாழ்க்கையின் அடிப்படையான உண்மைகளை இலக்கிய

ஆசிரியர் களிலேயே அவன் ஒருத்தன்தான் சரியானபடி கையாண்டிருக்கிறான் என்பது அவருடைய அபிப் பிராயம். அவனுடைய புஸ்தகங்கள் ஒன்றுவிடாமல் எல்லாவற்றையும் அவர் வாங்கி வைத்திருந்தார். ஒவ்வொன்றையும் அவர் கணக்கற்ற தடவைகள் திரும்பத் திரும்பப் படித்திருக்கிறார். ஆங்கிலத்தில் நல்ல பயிற்சியும் ரஸனையும் பெற்றிருந்த தன் முத்தண்ணாவும் அவற்றை எல்லாம் படிக்க வேண்டும் என்று அவருக்கு ஆசை. தபால் செலவைக் கூட லக்ஷியம் பண்ணாமல் சில புஸ்தகங்களை அனுப்பியும் இருந்தார். சாமாவுக்கு ஜாக் லண்டனைப் பற்றி அவ்வளவாக உயர்ந்த அபிப்பிராயம் கிடையாது. எனினும், சித்தப்பாவுக்காக, அப்பா படிப்பாரே என்று அகப்பட்ட புஸ்தகங்கள் இரண்டை வாங்கி வந்திருந்தான்.

“ஜான் பார்லீகார்ண் படித்திருக்கிறேன். நல்ல புஸ்தகம். இன்னும் ஒருதரம் படிக்கலாம். மதிமுகம் பார்த்ததில்லை.”

"சுமாராகத்தான் இருக்கு" என்றான் சாமா. "ஜாக் லண்டனைத் தவிர இன்னும் பத்துப் பதினைந்து புதுப் புஸ்தகங்கள் வாங்கிக்கொண்டு வந் திருக்கிறேன். ரொமென் ரோலந்தின் ஜீன் கிறிஸ் தோவ் வாங்கினேன். எவ்வளவு அழகான புஸ்தகம் தெரியுமா அது? ஒவ்வொரு பக்கத்திலும், ஏன், ஒவ்வொரு வரியிலும் வார்த்தையிலுமே உணர்ச்சியும் அழகும் முட்டித் ததும்பி நிற்கின்றன. நீட்ஷேயின் இப்படிச் சொன்னான் ஜார துஷ்டிரன் என்கிற புஸ்தகமும் கொண்டு வந்திருக்கிறேன். சிந்தித்துப் பார்க்கவே மாட்டேன் என்று மறுக்கும் மனிதனைக்கூட சிந்திக்க வைக்கக்கூடிய புஸ்தகம் அது" என்று அளவு கடந்த உத்ஸாகத்துடன் சொன்னான் சாமா.

"யார் அது? நீட்ஷேயா? பெயரைக்கூடக் கேள்விப்பட்ட தில்லையே! ” என்றார் நாராயணையர். தான் கூடக் கேள்விப்பட்டிராத ஆசிரியர்களை எல்லாம் தன் பிள்ளை படிக்கிறானே என்ற பெருமிதத் தால் அவர் பூரித்துப் போனார்.

“நம் ஊரில் ஆங்கிலம் படித்தவர்களில் பலருக்கு ரெய்னால்ட்ஸைத் தவிர வேறு என்ன தெரிகிறது? விரும்பிப் படிப்பதும் அதைத் தவிர வேறு இல்லை. நீட்ஷே என்ற பெயரைக்கூட நம்மூரில் பலர் இன்னமும் கேள்விப்பட்டதில்லை. நம்முடைய அறியாமைதான் எப்படிப்பட்டது என்று சொல்ல முடியுமா?" என்றான் சாமா. நீட்ஷே என்பவன் பத்தொன்பதாம் நூற்றாண்டின் இறுதியிலே உயிர் வாழ்ந்த ஒரு தத்துவ ஞானி. ஜர்மனி தேசத்திலே பிறந்தவன். அவன் வாழ்ந்ததெல்லாம் சுமார் ஒரு ஐம்பது வருஷங்களே. அதிலும் கடைசி சில வருஷங்களில், உலகின் போக்கைக் கண்டு சகியாமல் அவனுக்குப் பைத்தியம் பிடித்து விட்டதாம். அப்படியும் மிகச் சொல்ப காலத்தில் அவன் எழுதி வெளியிட்ட நூல்களும் அவற்றில் அவன் விவரித்த கொள்கைகளும் அபிப்பிராயங்களும் தத்துவங்களும் சிந்தனா லோகத்தையே ஒரு புரட்டுப் புரட்டி விட்டன என்று சொல்லுகிறார்கள். மேல்நாடுகளில் எல்லா வாழ்க்கைத் துறைகளையுமே அவனுடைய சிந்தனைகள் பாதித்திருக்கின்றன. இதன் பயன் நல்லதா கெட்டதா என்பதை சரித்திரம்தான் பின்னர் சொல்ல வேண்டும். அவன் புஸ்தகங்களைப் படிக்கும் போது சில இடங்களில் நமக்கு மூச்சுவிடக் கூடப் பயமாயிருக்கிறது. பயங்கரமான இடங்களுக் கெல்லாம் நமது கற்பனையை அவன் கூட்டிச் செல்லுகிறான். பாதாளங்களையும், மேரு சிகரங்களையும் அவன் எழுத்திலே காணலாம். இதென்ன பிதற்றல் என்று சில இடங்களில் தோன்றும்; சில இடங்களில் இதென்ன அற்புதம் என்று தோன் றும்; ஆனால் எல்லா இடங்களிலும் அவன் நமது கற்பனையை, சிந்தனையைத் தூண்டி விடுகிறான்,.. என்ன அழகு!......என்ன அற்புதம்! " சாமா மூச்சு விடுவதற்காகத் தனது பிரசங்கத்தைச் சற்றே நிறுத்தினான்.

"உம்.." என்றார் நாராயணையர்.

சாமா சிறிது நேரம் தயங்கினான். பிறகு சொன்னான்: "கல்லூரியில் ஆங்கில வியாசப் போட்டியிலே முதல் பரிசாக அந்தப் புஸ்தகத்தை எனக்குத் தந்தார்கள்."

"வியாசப் போட்டியிலா?" என்றார் நாராயணையர். கல்லூரி ஆங்கில வியாசப் போட்டியில் தம் பிள்ளை முதல் பரிசு வாங்கினான் என்பதைக் கேட்டு அவர் உள்ளம் எல்லையற்ற மகிழ்ச்சி அடைந்தது. நீட்ஷே என்ற மேதாவியைப் பற்றி இவ்வளவு நேரம் சாமா சொன்னதெல்லாம் அவருக்கு அடுத்த வினாடியே மறந்துபோய் விட்டது; ஆனால் அந்த நீட்ஷே எழுதிய ஒரு புஸ்தகம் ("அதன் பெயர் என்ன? ஓ ! 'இப்படிச் சொன்னான் ஜாரதுஷ்டிரன்' என்று பெயரா அதற்கு ? சரிதான்") தம் பிள்ளைக்கு வியாசப் போட்டியில் முதல் பரிசாக அளிக்கப்பட்டது என்பது மட்டும் அவர் மனத்தில் அழியாமல் நிலைத்துவிட்டது.

"ராத்திரி அதில் சில பகுதிகளை வாசித்துக் காட்டுகிறேன் பார், அப்பா" என்றான் சாமா.

தனக்குப் பிடித்த புஸ்தகங்கள் பலவற்றை சாமா தன் நண்பர்களுக்கும், முக்கியமாகத் தன் தகப்பனாருக்கும் வாசித்துக் காட்டுவது நெடு நாளைய பழக்கம். பல புஸ்தகங்களை அவன் இப்படித் தன் தகப்பனாருக்கு வாசித்துக் காட்டியது உண்டு. இரவு வெகு நேரமாகிவிடும்; நாராயணையருக்கு தூக்கம் கண்ணைச் சுழற்றும். சாமா வாசித்துக் கொண்டிருக்கையிலேயே சில சமயம் அவர் கண்ணை மூடிவிடுவார். "தூக்கம் வரதா அப்பா? போதுமா என்று சாமா கேட்பான். அவன் குரல் கேட்டுத் திடுக்கிட்டு விழித்துக் கொண்டு ''இல்லையே! '' என்பார் நாராயணையர். "மேலே வாசி'' என்பார். நிஜமாகவே அவர் தூங்கிவிடும் வரையில் சாமா வாசித்துக் கொண்டிருப்பான். அரைத் தூக்கமும் விழிப்புமாக அவன் வாசிக்கக் கேட்ட புஸ்தகங்களை எல்லாம் அவர் மறுநாள் பகலில் ஒருதரம் படித்து விஷயத்தைத் தெரிந்து கொண்டு விடுவார்; இல்லாவிட்டால் பிள்ளையுடன் ஏதாவது விஷயத்தைப் பற்றி விவாதிக்கும் போது தான் தூங்கிவிட்ட குட்டு வெளியாகி விடுமே என்ற பயம் அவருக்கு.

நாராயணையர் தவறுதலாகத் தபாலாபீஸில் சேர்ந்து தன் வாழ்க்கையைப் பாழாக்கிக் கொண்டவர். அவருடைய அறிவும் படிப்பும் உபயோகமாகியிருக்கக் கூடிய வேறு ஏதாவது ஒரு துறையில் அவர் ஈடுபட்டிருந்தாரானால் மிகவும் நல்ல ஸ்திதிக்கு வந்திருக்கக் கூடியவர் அவர். கல்லூரியில் படித்துக் கொண்டிருந்த போது சகோதர மாணவர்கள் அவருக்கு பயத்துடனும் பக்தி யுடனும் மெக்காலே என்றும், மார்க்கஸ் டல்லியஸ் சிஸரோ என்றும் பட்டப் பெயர் சூட்டியிருந்தார்கள். கல்லூரியின் தலைவராயிருந்த வெள்ளைக்கார் கூட நாராயணையரின் பாஷா விலாஸத்தையும் பேச்சு வன்மையையும் கண்டு வியந்ததுண்டு என்று அவருடன் படித்தவர்கள் சொல்லுவார்கள். தபாலாபீஸில் அவருடைய அறிவும் சக்திகளும் துருவேறி எதற்கும் பிரயோசனப் படாமல் போய் விட்டன.

தாம் சம்பாதித்து வைத்திருந்த சொத்துக்களுக்கு மட்டுமன்றித் தம்முடைய அந்தரங்க ஆசைகளுக்கும், நிறைவேறாத லக்ஷியங்களுக்கும் வாரிசாகப் பிறந்தவன் சாமா என்று கருதி நாராயணையர் அகமகிழ்ந்திருந்தார். தம் வாழ்க்கையில் கைகூடாத ஆசைகளும் அபிலாஷைகளும் தம் பிள்ளையின் வாழ்க்கையில் கை கூடி விடும் என்றே அவர் கனவு கண்டுகொண்டிருந்தார். ஆதியிலிருந்தே கலை, இலக்கியம் போன்ற விஷயங்களில் தமக்குத் தெரிந்த எல்லாவற்றையும் அவர் தம் பிள்ளைக்கும் புகட்டி இருந்தார்; சற்றுக் கடுமையாகவே புகட்டி இருந்தார் என்று தான் சொல்ல வேண்டும். இப்போது தம் சிஷ்யன் தம்மையும் மிஞ்சி விடுவான் என்று கண்டதில் அவருக்கு உண்மையிலேயே பரம திருப்தி. தம் லக்ஷியங்கள் மட்டுமல்ல; தமது பண்டைக் குடும்பத்தின் லக்ஷியங்கள் எல்லாமே தன் பிள்ளையால் நிறைவேறும் என்று அவர் மனப்பால் குடித்தார். இவ்வளவு நாள் ஒளிமங்கி, எங்கே அணைந்து விடுமோ என்று திக்குத் திக்கென்று அடித்துக் கொண்டிருந்த தம் குடும்ப ஜோதி தம் மகனால் மீண்டும் உயிர் பெற்றுப் பிரகாசம் பெற்றுச் சுடர்

விட்டுக் கொழுந்து விட்டு உலகெலாம் பரந்த ஒளியாகும் என்றே அவர் கனவு கண்டார்.

தம் கனவுகள், தம் லக்ஷியங்கள், பலிக்காமல் போனதற்கு ஒரு காரணம் தம்முடைய ஆதி காலப் பொருளாதார நிலைமை தான் என்று அவர் எண்ணினார். நோக்கங்களும் லக்ஷியங்களும், அவை எவ்வளவுதான் உயர்ந்தவை யானாலும், பசியுடனும் பட்டினியுடனும் நேரடியாகச் சண்டைபோட்டு நிற்க முடியாதவை என்பது அவர் அனுபவ சாத்தியமாகக் கண்டறிந்திருந்த ஓர் உண்மை. தம் மகன் வயிற்றுப் பசியால் அவஸ்தைப் படாமலிருக்கும் வண்ணம் தம்மால் ஆன வரையில் அவர் ஏற் பாடு செய்து விட்டார். மற்ற பசிகளுக்கெல்லாம் தேவையான பரிகாரத்தை அவனேதான் தேடிக் கண்டு கொள்ள வேண்டும். தம் இள வயதில் தம் மனத்தில், தம் இதயத்தில் எழுந்த பசி வேட்கைகள் தம் பிள்ளையின் மனத்திலும் இதயத்திலும் தோன்றி விட்டன என்று அவர் அப்போது, அவனுடன் பேசிக் கொண்டிருக்கையில், அறிந்து கொண்டார். நல்லதுதான் என்று அவர் தம் மனத்தில் ஆனந்தம் கொண்டார். அவர் பசிகள் அவர் ஆயுளில் தீரவில்லை; ஆறவில்லை. அவன் பசிகள் தீர்ந்து விடும், அதற்குத் தம்மாலானதைச் செய்தாய் விட்டது என்று அவர் எண்ணினார்.

அவருடைய சிந்தனைகள் கலைந்தன, சாமாவின் வார்த்தைகளால்: "பரிக்ஷையில் முதல் இரண்டு பகுதிகளையும் நன்றாகவே எழுதியிருக்கிறேன். மூன்றாவது பகுதிதான் கொஞ்சம் தகராறு. தேறுவதே சந்தேகம்" என்றான் சாமா.

சாமா பரிக்ஷையில் எப்படி எழுதினான் என்று நாராயணையர் விசாரிக்கவில்லை. விசாரிக்க வேண்டியது அவசியமில்லை என்று தான் அவர் எண்ணினார். அவனாகவே இப்போது சொன்னதில் கூட அவருக்கு நம்பிக்கை விழவில்லை. அவன் நன்றாகத் தேறுவான்; இரண்டொரு பகுதிகளில் ராஜ தானியிலேயே முதலாவதாக இருப்பான் என்று அவர்

எண்ணியிருந்தார். விளையாட்டாக ஏதோ அவன் சொல்லுகிறான் என்று அவர் எண்ணினார். "ஏன்? மூன்றாவது பகுதி என்ன ரஸாயனம் தானே ? அதில் சரியாக எழுதவில்லையா?" என்று அதில் அதிக 'சொரத்'தில்லாமலே கேட்டார்.

"பிராக்டிகல் சரியாக வரவில்லை. போனால் போகிறது; பார்த்துக் கொள்ளலாம். ஆங்கிலமும் சம்ஸ்கிருதமும் சரியாக எழுதி விட்டேன்" என் றான் சாமா.

"உம்.... தேறாமலா போய்விடும் ?"

சாமா இரண்டு வினாடி ஒன்றும் சொல்லவில்லை. பிறகு "பார்த்தயா ! மறந்தே போய் விட்டேன்!" என்றான். உள் பக்கம் திரும்பி "கமலா! கமலா ! " என்று கூப்பிட்டான். கமலா வந்ததும் அவளிடம் "என் பெட்டியைத் திறந்து அதிலே மேலே கும்பகோணத்திலே இருந்து வாங்கிண்டு வந்த பொடி இருக்கு. மாமா கிட்டே கொண்டு வந்து கொடு " என்று சொன்னான்.

பிள்ளையின் வருகையால் பூரித்துப் போயிருந்த நாராயணையரின் உள்ளம் இந்தச் செய்தியைக் கேட்டு இன்னும் அதிகமாகப் பூரித்தது. பிள்ளைக்கும் புஸ்தகங்களுக்கும் அடுத்தபடியாக அவருக்குப் பொடியில் தான் ஈடுபாடும் பிரியமும் அதிகம். சாத்தனூரில் தமக்கு வேண்டிய காரமான பொடி கிடைப்பதில்லை என்று அவர் கண்டவரிடமெல்லாம் அழாத குறையாகச் சொல்லிக் கொண்டே இருப்பார். கும்பகோணம் போய் வருவதாக யார் கிளம்பினாலும் தமக்குப் பொடி வாங்கிக் கொண்டு வரச் சொல்லிக் கெஞ்சிப் பல்லைக் காட்டிக் கொண்டே இருப்பார். தம் பிள்ளை மறந்து விடாமல் தமக்காகக் கும்பகோணத்தி லிருந்து பொடி வாங்கிக் கொண்டு வந்ததில் அவருடைய மகிழ்ச்சி அளவு கடந்ததாகி விட்டது.

புதுப் பொடி மட்டை - பெரிய மட்டை ; அதில் கால் சேராவது பொடி இருக்கும் - கைக்கு வந்து சேர்ந்தவுடனே அதைத்

தட்டிச் சுவாரசியமாக ஒரு சிமிட்டா பொடியை எடுத்து உறிஞ்சி விட்டுத் துண்டை உதறித் தோளில் போட்டுக் கொண்டு மகாலிங்கையர் வீட்டுத் திண்ணையை நோக்கி நடந்தார் நாராயணையர்.

இந்தி உலகத்திலே இரண்டு விதமான மனுஷ்யப் பிரக்ருதிகள் உண்டு ; ஒன்று கழுத்தை வெட்டினாலும் தம் மனத்தில் உள்ளதை உள்ளபடியே வெளியிடாது; மற்றது தன் மனத்தில் உள்ளதைத் தவிர வேறு எதையுமே பேசாது. நாராயணையர் இரண்டாவது ரகத்தைச் சேர்ந்தவர். வயதான காலத்தில் அவருக்குத் தம் பிள்ளையைத் தவிர வேறு ஞாபகமோ கவலையோ கிடையாது. தம் பிள்ளையின் புகழை கண்டவர் கேட்டவரிடமெல்லாம் ஓயாமல் ஓதிக்கொண்டே இருப்பார். ஈசுவரநாம சங்கீர்த்தனம் செய்து கொண்டே மோக்ஷம் அடைந்துவிட வேண்டும் என்று பூர்வ காலத்தில் மனிதர்களுக்கு ஆசை இருந்தது; அதுபோலவே நாராயணையருக்கும் இடை விடாமல் தம் பிள்ளையைப் பற்றிப் பேசிக் கொண்டே இருக்க வேண்டும், அதுவே தமக்கு சாயுஜ்யம் என்று இருந்தது. நடந்தது, நடக்கப் போவது, நடக்காதது எல்லாவற்றையும் கலந்து அவர் கதம்பமாகப் பிறர் காதும் மனதும் புளிக்கும் வரையில் பேசிக் கொண்டே இருப்பார். மகாலிங்கையரைப் போன்றவர்கள் சிலர் அவரை "ஊங்' கொட்டித் தூண்டி விடுவார்கள்; பின்னர், அவர் போன பின், அவரைப் பற்றியும் அவருடைய அருமையான பிள்ளையைப் பற்றியும் குறைவாகவும் கேலியாகவும் தங்களுக்குள் பேசிக் கொள்ளுவார்கள். ஆனால் எந்தப் பிள்ளையைப் பற்றிக் குறைவாகவும் கேலியாகவும் பேசினார்களோ அந்தப்பிள்ளையின் படிப்பும் அறிவும் லவலேசமும் தங்கள் பிள்ளைகளுக்கு இல்லையே என்று அவர்கள் உள்ளூர உண்மையில் அசூயையும் ஆங்காரமும் பட்டுப் புழுங்கினார்கள்.

8

நாட்கள் பல ஓடி மறைகின்றன. காலத்தின் நியதி அது. ஒரு நாளைப் போலத்தான் மறு நாளும் கோழி கூவுகிறது. கிழக்கு வெளுக்கிறது. காகம் கரைகிறது. வெயில் ஏறுகிறது. பொழுது சாய்கிறது. அஸ்தமிக்கிறது. இருட்டுகிறது. வானத்தில் நட்சத்திரங்கள் வெடித்து எழுகின்றன. ஒரு நாளைப் போலத்தான் மறுநாளும் ஜனங்கள் எழுந்து அவரவர்கள் வேலைகளை அவரவர்கள் சக்திக்கேற்றபடி செய்து முடிக்கிறார்கள். உண்கிறார்கள். உடுக்கிறார்கள். நடமாடுகிறார்கள். உறங்குகிறார்கள். ஆனால் உண்மையில் சொல்லப் போனால் ஒரு நாளைப் போல இன்னொரு நாள் இருப்பதே இல்லை. இது ஏன் என்று கால தேவனைத்தான் கேட்க வேண்டும் ; அவனாலும் பதில் சொல்ல முடியுமா என்பது சந்தேகம்தான்.

சாத்தனூர் ஸர்வமானிய அக்கிரஹாரத்து வாழ்க்கையில் சாமா தன் மனத்தைப் பறி கொடுத்து விட்டான். கல்லூரி வாழ்க்கையை விட இந்த வாழ்க்கை அவனுக்குப் பிடித்தே தான் இருந்தது. ஆனால் அவன் மனத்தில் மட்டும் தீராத ஓயாத ஒரு சஞ்சலம் இருந்து கொண்டே இருந்தது.

தெருச் சிறுவர்களுடன் அவர்களில் ஒருவனாகக் கோலி ஆடுகிறான் : கிட்டிப்புள் அடிக்கிறான். ஆனால் சிறுவர்களுடன் விளையாடும் மற்ற பெரியவர்களைப் போல அவன் 'வாச்சாங்குளி' அடிப்பதில்லை; தோற்றுப் போனால் உரிய தண்டனையை ஏற்றுக்கொள்ள மறுத்து அவன் ஓடி விடுவதில்லை. சிறுவர்களுக்குச் சமானமாகவே அவனும் முட்டி தள்ளுகிறான் : கவுண்டி எடுக்கிறான்.

தன் வயது வாலிபர்களுடனும் தெருவில் உள்ள இரண்டொரு 'மைனர்'களுடனும் அவன் உலகத்து விஷயங்களை எல்லாம் வார்த்தைகளைக் கொண்டு அளந்து பார்க்கிறான். நிர்வாண இயக்கம் முதல் நிறத்திமிர் வரையில், அரசியல் முதல் அச்சு யந்திர நுணுக்கங்கள் வரையில் எல்லா விஷயங்களும் அவர்களுடைய பேச்சிலே அடிபடுகின்றன. முக்கியமாகப் பெண்மையும் பெண்மையின் அந்தரங்கங்களும் அங்கே அம்பலத்துக்கு இழுக்கப்படுகின்றன. சாமாவும் இது போன்ற விஷயங்களைப் பற்றி எல்லோருடனும் சரி சமானமாக உட்கார்ந்து பேசுகிறானே தவிர பெண்மை என்பது அவன் இன்னமும் திறந்து பார்க்காத ஒரு புஸ்தகம். அவசரம் அவசரமாக அதைத் திறந்து பார்த்துவிட வேண்டும் என்று அவன் ஆத்திரப்படவில்லை. காத்திருக்கத் தயாராகவே இருக்கிறான். அவனுடைய உள்ளம் என்கிற புனிதமான கோயிலிலே இன்னும் ஒரு பிரதிமையும் இடம் பெற வில்லை. வயதிற்கு உகந்த சகவாஸத்தினால் வரும் அசட்டு எண்ணங்களுக்கும் காரியங்களுக்கும் சாமா விலக்கானவன் அல்ல. எனினும், அவை அவனுடைய உள்ளத்தைத் தொடவில்லை என்றுதான் சொல்லவேண்டும்.

ஒழிந்த நேரமெல்லாம் அவன் ஏதாவது புஸ்தகங்களைப் படித்துக் கொண்டே இருக்கிறான்;

வாழ்க்கை வழிகளையும் வேதாந்த முடிவுகளையும் அவன் பெரியவர்களுடன் ஆராய்ச்சி செய்கிறான். இந்தப் பையனுக்குத் தான் என்ன அறிவு என்று அவர்கள் வியக்கிறார்கள். ஆனால் அவனுக்கு உலக அனுபவம் அவ்வளவாகப் போதாது; போதிய அனுபவம் பெற்ற பின் வேதாந்த மெல்லாம் பறந்து போய்விடும் என்று அவர்கள் முடிவு கட்டு கிறார்கள். ஆணித் தரமான வார்த்தைகளைக் கொண்டு அவன் காட்டும் முடிவுகளையும் அவன் சொல்லும் வழிகளையும் அவர்கள் அங்கீகரிக்கத் தயாராக இல்லை. விவாதத்தை முடித்து விட வேண்டும், அல்லது ஒத்திப் போட்டுவிட வேண் டும் என்கிற உத்தேசத்தில் அவர்கள் சாமா கிளப்பும் பல முக்கியமான பிரச்னைகளுக்குச் சரியான

பதில் தருவதில்லை. ஏதாவது சொன்னால் 'ஆமாம்' போட்டு விட்டு நகர்ந்து விடுகிறார்கள். சில விஷயங்களைப் பற்றி அவர்கள் விவாதிக்கச் சம்மதிப்பதே இல்லை. இப்படிப்பட்டவர்களுடைய நாட்களும், தன்னுடையதைப் போலவே, ஒன்றன் பின் ஒன்றாகக் கால தேவனின் கம்பீர கதியிலே நிம்மதியாகக் கழிந்து கொண்டிருப்பதைக் கண்டு சாமா வியப்பு அடைகிறான்.

சாம்பமூர்த்திராயரை எண்ணிப் பார்த்த போதெல்லாம் சாமாவுக்கு கண்களில் நீர் துளித்தது. சிந்தனா சக்தி சிறிது படைத்திருந்தவர்கள் எல்லோருமே வாழ்க்கைப் போரில் தோற்றுப் புறம் காட்டி ஓடிப்போக வேண்டியவர்களா? கடவுள் அப்படித்தான் விதித்திருந்தாரா? வாழ்க்கையில் வெற்றி என்று சொல்லப்படுவதற்கும் அறிவுக்கும் இடையே கடக்க முடியாத ஒரு மடுவைக் கடவுள் ஏன் சிருஷ்டித்திருக்கிறார்!

சீனத்துக் கவி ஒன்று சாமாவுக்கு ஞாபகம் வந்தது. ஒரு குழந்தையை ஆசீர்வதிக்கச் சென்ற ஓர் ஏழைக் கவி அறிவு படைத்தவன் என்ற ஒரே காரணத்தால் நான் இவ்வுலகில் பட்ட அவஸ்தைகள் அனந்தம். என் ஏழ்மை கூட என் அறிவினாலே ஏற்பட்டதுதான். அறிவில்லாத மனிதர்களிடையே அறிவுள்ள மனிதனாக வாழ்வது அறியாமையே ஆகும். அதனால் கணக்கற்ற தொல்லைகள் விளைகின்றன. அறிவுள்ளவன் உலகில் முன்னேறுவது முடியாத காரியம். ஆகையால் இக் குழந்தையை அறிவில்லாதவனாகப் படைத்து விடு கடவுளே, என்று நான் உன்னை வேண்டிக் கொள்ளுகிறேன். அதுவே நீ அவனுக்குச் செய்யக் கூடிய சிறந்த உதவி. அறிவிலியாகவே வளர்ந்து பெரியவனாகி அவன் கௌரவத்துட பணத்துடனும் பதவியுடனும் வாழ்வான்; தேசத்து முதல் மந்திரியும் ஆவான். இவனை அறிவில்லாதவன் ஆக்கிவிடு" என்று ஆசீர்வதித்தானாம்.

சாமா இதை ஒருதரம் தன் தகப்பனாரிடம் சொன்ன போது அவர் சிரித்தார். "உண்மைதான், உலகத்தில் அறிவாளிகளும் சிந்தை செய்யும் சக்தி படைத்தவர்களும் முன்னேறுவது என்பது சிரமமான காரியமாகத்தான் தோன்றுகிறது என்றார். எனினும் தம் பிள்ளைக்கு இருந்த அறிவின் முன்னர் எல்லாத் தடங்கல்களும் நீங்கிவிடும், உலகம் அவனைச் சீக்கிரமே அங்கீகரிக்கும், இயற்கையின் விதி அவன் முன் விலகி வழிவிடும் என்று தான் அவர் எண்ணியிருந்தார். அவரைப் போல பூரணமாக இல்லாவிட்டாலும் சாமாவுக்கும் அவ் விஷயத்தில் போதிய தன்னம்பிக்கை இருந்தது.

தெருவிலிருந்து "மேற்கே " போய் வருபவர்களுடன் சாமாவும் அடிக்கடி போய் வந்தான். காரி யம் எதுவும் இல்லா விட்டாலும் பேச்சுத் துணைக்கு ஆள் அகப்பட்டால் போதும் என்று அவன் அந்தப் பக்கம் போகிறவர்களுடன் கோயில், கடைத்தெரு முதலிய இடங்களுக் கெல்லாம் போய் வந்தான்.

கோயிலிலும் அந்தக் கோயிலில் குடி இருந்த தெய்வத்தினிடமும் தன் அத்தைக்கும் பாட்டிக்கும் இருந்த நம்பிக்கை, விசுவாசம், பக்தி இவை தனக்கு இல்லையே, ஏற்பட மாட்டேன் என்கிறதே என்று சாமா பெரிதும் வருந்தினான். தெய்வம் என்கிற தத்துவத்தைப் பற்றி யோசிக்க யோசிக்க அவனுடைய திகைப்பும் ஆச்சரியமும் அதிகரித்தன. தெய்வத்தினிடம் நம்பிக்கை மட்டும் பூரணமாகத் தோன்றி விடுமேயானால் தன் வாழ்க்கையின் முக்கியப் பிரச்னைகள் எல்லாம், தன்னை வாட்டிய தீராத சந்தேகங்கள் எல்லாம் உடனடியாகத் தீர்ந்துவிடும் என்று அவன் எண்ணினான். இந்த நம்பிக்கைக்கு அவன் ஆதாரம் தேடிப் பார்த்து அலுத்துவிட்டான்.

ஆனால் உண்மையில் அவன் மனம் தெய்வத்தை நம்ப மறுத்தது. கோயிலிலே தெய்வம் இருப்பதாக அவனுக்குத் தோன்றவில்லை. தெய்வம் என்று ஒன்று இருப்பது உண்மையானால் அது மனிதர்களுடைய முக்கியமான அலுவல்கள் நடக்கும் இடத்தில் தான் குடிகொண்டிருக்குமே

தவிர, கோயிலென்ற தனிக் குடித்தனம் நடத்தப் போகாது என்று அவன் எண்ணினான். புனிதமான உள்ளத்திலே தெய்வம் குடி இருக்கலாமே - கோயில் என்று ஒரு கட்டிடமும் ஆர்ப்பாட்டங்களும் அவசியம் இல்லையே என்று அவன் சிந்தித்தான்.

"சந்தை இரைச்சல்! அதுதான் இன்றைத் தெய்வம்!" என்று ஒரு மேல்நாட்டு மேதை சொல்லி யிருப்பதை அவன் உன்னி உன்னிச் சிந்தித்தான். நீட்ஷேயின் வாக்கியங்களில் ஒன்று சதா அவன் காதில் ஒலித்துக் கொண்டே இருந்தது. "தெய்வம் இறந்து பட்டு விட்டது; எழுந்திரடா மனிதா!" இது மட்டும் உண்மையாக இருக்கு மானால்....!

அருள், அன்பு என்ற மதத்தைப் பற்றிச் சிந்திக்கவே தற்கால உலகம் இடம் கொடுக்கவில்லையே என்று அவன் வருந்தினான். தன்னைச் சுற்றிலும் இருந்து வாழ்ந்து களித்த மனிதர்களைக் கவனித்த போது இயேசு கிறிஸ்து, கௌதம புத்தர், மகாத்மா காந்தி முதலியோர் வாழ்ந்து பிதற்றிய தெல்லாம் வீண்தானே என்ற சந்தேகம் அவன் மனத்தில் எழுந்தது. அந்த மகாத்மாக்களைப் பற்றியே அறியாத மனிதர்களும் இருந்தார்கள்; மனிதர்களாகவே நடமாடினார்கள்; உலகமும் அவர்களை மனிதர்களாகவே அங்கீகரித்து நடத்தியது என்பது தான் சாமாவுக்கு எல்லாவற்றையும் விட அதிகமான விந்தையாக இருந்தது!

மேல் நாடுகளில் சமீப காலத்தில் உருவகமாகிக் கொண்டிருந்த சமுதாயங்களையும் அவற்றிற்கு அடிப்படையான தத்துவங்களையும் சிந்தனைகளையும் பற்றி சாமா எண்ணாமலில்லை. அவைகளெல்லாம் பொருளாதார தத்துவம் என்கிற அமானுஷ்ய கொள்கை ஒன்றையே அடிப்படையாகக் கொண்டு எழுந்தவை என்று சாமாவுக்குத் தோன்றிற்று. ஒரு காலத்தில் கோயிலில் தெய்வம் என்று ஓர் உருவத்தை ஸ்தாபித்து அதன் மூலம் நாட்டில் எல்லாவிதமான வளங்களையும் வளர்ப்பது சாத்தியமாய் இருந்தது. ஆனால் தெய்வத்துக்கு பதில் கோயிலில் மனிதனுடைய வயிற்றையும்

ஜீரணக் கருவிகளையும் வைத்துப் பூஜித்து வளத்தை வளர்ப்பது முடியாத காரியம் என்றே அவன் எண்ணினான். "உணவு மட்டும் போதுமா உயிர் வாழ?" என்று இயேசு கிறிஸ்து கேட்டது நிரந்தரமான அழியாத உண்மை அல்லவா ? ஊன், உணர்வு, உயிர் என்று பிரிபடும் இந்த மனித தத்துவத்துக்கு அடிப்படையானது வயிறு ஒன்றுதானா? மூன்றில் ஒன்றான ஊனிலும் அது முப்பதில் ஒன்றுதானே! மனிதனுக்குப் பசி என்றால் வயிற்றுப் பசி ஒன்று தானா உண்டு! உடம்பிலே ஒவ்வொரு அங்கத்துக்கும் தனித்தனியே பசி ஒன்று ஏற்பட்டிருக்கிறதே! கண்ணுக்கென்று ஒரு பசி, காதுக்கென்று ஒரு பசி - பசி என்று பெயர் சொல்லாமல் வேறு பெயரிட்டு அழைத்து விட்டதனால் மட்டும் அவற்றின் பசித்தன்மை மறைந்து விடுமா என்ன ? உடலுக்கிருந்த்து போல மனிதனுடைய உள்ளத்திலே எத்தனையோ பசிகள்; ஆத்மாவில் எத்தனையோ !

மனித ஆத்மாவின் பசியைத் தீர்க்கத் தோன்றிய உணவு தானோ கடவுள் என்கிற தத்துவம்?

அல்லது பிரெஞ்சு ஞானி சொன்னது போல சாது மனிதர்களைத் தன்னலம் கருதி ஏமாற்றத் துணிந்த முதல் அயோக்கியன் சிருஷ்டித்த முதல் பொய்தானோ கடவுள்?

சாமாவின் உயிரும் உடலும் உணர்வும் எதைப் பற்றியும் எவ்வித முடிவுக்கும் வரமாட்டாமல் எதெதை எல்லாமோ எண்ணி எண்ணி ஏங்கி ஏங்கித் துடித்துக் கொண்டிருந்தன.

இவைகளெல்லாம் பெரிய பெரிய விஷயங்கள். சுந்தாப் பாட்டியைப் போன்றவர்களின் அறிவுக்கு நிச்சயமாக எட்டாதவை. ஆனால் அவள் உள்ளத்துக்கும் உணர்வுக்கும் எட்டாத விஷயங்கள் இவ்வுலகிலே கிடையாது என்றே சொல்ல வேண்டும்! சாமாவின் ஏக்கங்கள், சந்தேகங்கள், போராட்டங்கள் இவற்றின் சின்னங்களை அவள் சுலபமாகவே கண்டு கொண்டாள். அவளுடைய ஒளி மங்கிய கிழக்கண்களுக்கு சாமாவின் உடலிலும் மனத்திலும்

ஏற்பட்டுக் கொண்டிருந்த மாறுதல்கள் தெளிவாகவே தெரிந்தன.

"ஏண்டா சாமா, இப்படி நாளுக்கு நாள் இளைச்சுத் துரும்பாப் போறயே!" என்றாள் சுந்தாப்பாட்டி ஒருநாள்.

"பேஷ்! நன்னாச் சொன்னே ! நானா இளைச் சுப் போறேன்'' என்று சொல்லி நகைத்தான் சாமா. "ஊருக்கு வந்தப்புறம் நீ போடற பழைய துனாலே முப்பது நாளில் முப்பது பவுண்டு கனம் உடம்பில் ஏறி இருக்கு" என்றான்.

அவனுடைய சிரிப்பில் ஏமாந்து விடுகிறவளா சுந்தாப்பாட்டி? தன் பேரன் ஏங்கி இளைத்துப் போவதற்குக் காரணம் என்ன இருக்கு மென்று அவள் தன் மனத்திற்குள் தீர்மானித்துக் கொண்டு விட்டாள். அதற்கான பரிகாரத்தைச் செய்யவும் அவள் உடனே முற்பட்டாள்.

அன்று மாலையிலேயே அவள் நாராயணையரிடம் ரகசியமாக "சாமாவுக்கு வயசாயிண்டிருக்கே! எங்கேயாவது நல்ல பொண்ணாப் பாத்துக் கல்யாணம் பண்ணி வச்சூட வேண்டாமா?" என்று சொன்னாள்.

"இப்போ என்ன அவசரம் அதுக்கு ? ' என்று சற்றுத் தயங்கியே கேட்டார் நாராயணையர். அவசரமா? என் பேரனுக்குக் கல்யாணம் பண்ணி நான் என் கண்ணாலே பார்க்க வேண்டாமா? என்ன அவசரமிங்கறயே நீ ?"

"என் பிள்ளைக்குப் பொண் வேணும், பொண் வேணும்னு எல்லாரையும் கேட்டுண்டு போகச் சொல்றயா நீ ?'' என்று சற்றுக் கோபமாகவே நாராயணையர் கேட்டார்.

"எனக்கு வயசு இப்போ எழுபத்தி எட்டுத் தான் ஆச்சு. இன்னும் கொஞ்சம் வயசானப்பறம் அப்படிச் சொல்லுவேனோ என்னவோ, யார் கண் டது ?" என்றாள் சுந்தாப்பாட்டி

நாராயணையரின் கோபம் உடனே தணிந்து விட்டது.

"என்னை என்ன பண்ணச் சொல்றே ? " என்றார்.

"நல்லை இடமா வந்தா விட்டுடாதே! அவ்வளவு தான்.''

"விட்டு விடுவேனா ? சொல்லேன் நீதான் என்றார் நாராயணையர். "எனக்கு மட்டும் வயசு கொஞ்சமாத்தான் ஆறதா?"

சிறிது நேரம் கழித்து "சாமா என்ன சொல்லு வானோ என்றுதான் யோசிக்கறேன்" என்றார்.

"இப்போது சுந்தாப்பாட்டிக்குக் கோபம் வந்தது. அவன் என்னத்தைச் சொல்லுவான். எல்லாரும் சொல்றதைத்தான் சொல்லுவான். அவனை ஏன் கேட்கணும்?''

"இருந்தாலும். அவன் மாட்டேன்னால்.... " என்று இழுத்தார் நாராயணையர்.

"என்ன, இருந்தாலும்னு இழுக்கறே. அவனுக்குச் சொல்ல வேண்டியதை எல்லாம் நான் சொல்லிக்கறேன். நீ சும்மா இரு'' என்று சுந்தாப்பாட்டி தன் பிள்ளையின் ஆக்ஷேபணைகளை ஒரு அடியில் அடக்கி விட்டாள்.

இப்படித் தன் பிள்ளையைக் கலியாணத்துக்கு சம்மதிக்க வைக்கும் பொறுப்பு, தன்னைவிட்டு நீங்கியதில் நாராயணையருக்குப் பரம திருப்தி. தம் தாயார் மனது வைத்தால் அதைச் செய்தே விடுவாள் என்பது அவருக்குத் தெரியும். அவர் அதற்கு மேல் எவ்வித ஆக்ஷேபணையும் எழுப்பவில்லை.

தாய்க்கும் மகனுக்கும் நடந்த இந்த ரகசிய சம்பாஷணையைத் தற்செயலாக அந்த வீட்டிலிருந்த ஒரு ஜீவன் ஒட்டுக் கேட்க நேர்ந்தது. அகஸ்மாத் தாகக் காதில் விழுந்த அவ்வார்த்தைகள் அந்த ஜீவனின் மனத்தில் எவ்வளவு வேதனையையும்

ஏக்கத்தையும் உண்டு பண்ணின என்பது நம்மால் விவரிக்க முடியாத காரியம்.

9

பெண்மை என்னும் புதிரை விடுவிப்பது அதைப் படைத்த பிரும்மதேவனாலும் ஒரு சில அமானுஷ்யமான கவிகளாலும் தான் முடியும் என்று தோன்றுகிறது.

பெண்களுடைய பலம்தான் என்ன? அவர்களுடைய பலஹீனம்தான் என்ன ? அவர்களுடைய அறிவுதான் என்ன, அறிவின்மைதான் என்ன ? பல இலக்கிய ஆசிரியர்களும் கவிகளும் சொல்லுவது போல அவர்கள் உண்மையிலேயே கோயிலில் வைத்துப் பூஜிக்கத் தகுந்தவர்கள் தானா அல்லது நடமாடும் ராக்ஷஸ கணங்களா ? என்ன விந்தை, என்ன அற்புதம்! ஏதாவது ஒரு கணக்கில் அகப்பட்டால் அன்றோ எதுவும் நிச்சயமாகச் சொல்ல முடியும்!

உதாரணமாக கமலாவை எடுத்துக் கொள்ளுவோம். அவள் மிகவும் சாதாரணமான பெண் மணிதான். இன்னும் உலக அனுபவங்கள் அதிகமாகப் பெறாதவள் தான். படித்தவளும் அல்ல.. கல்யாணம் என்கிற மிகமிகச் சாதாரண அனுபவம் கூட அவளுக்கு இன்னும் ஏற்பட்டபாடில்லை. எனினும் அவள் உள்ளத்திலேதான் விடுபடாத விடுவிக்க முடியாத சிக்கல்கள் எத்தனை இருந்தன!

சாமாவின் ஏக்கங்களையும் துடிப்புக்களையும் பற்றி ஏதோ ஒரு வகையில் எழுத முடிகிறது ; எல்லாவற்றையும் உள்ளது உள்ளபடியே காண்பிக்க முடியாவிட்டாலும் ஓர் அளவு காண்பிக்கலாம். ஆனால் இந்தச் சிறுமி கமலாவின் மனத்தைத் திறந்து பார்ப்பதென்பது நம்மால் இயலாத காரியமாக அன்றோ இருக்கிறது!

பாம்புப் பிடாரன் சர்ப்பங்களை வெகு லாகவமாகவே பிடித்து தன் பெட்டிக்குள் அடைத்து விடுகிறான். உள்ளே அவை வெகு ஆத்திரத்துடன் சீறிக்கொண்டு கிடக்கின்றன. அந்தப் பாம்புப் பிடாரன் அந்தப் பெட்டியை நம் காலடியில் வைத்துவிட்டுப் போய்விட்டான் ; எங்கேயோ காணோம், மறைந்து விட்டான். அந்தப் பாம்புப் பிடாரனுக்குக் கூடத் தன் பெட்டியைத் திறந்து உள்ளே பார்க்கத் தைரியம் இனி வருமா என்பது சந்தேகம் தான். அப்படி இருக்கையில் பெட்டியைத் திறந்து வேறு யார் தான் பார்த்துவிட முடியும்? வேண்டுமானால் தைரியத்தைக் கையில் பிடித்துக் கொண்டு, ஒரு கையால் பெட்டியின் மூடியை அழுத்திக்கொண்டு பெட்டிக்கருகே காதை வைத்து உள்ளே கொந்தளிக்கும் விஷச் சீறல்களையும் குழப்பங்களையும் நடுங்கும் உள்ளத்துடன் கவனிக்கலாம்.

தன் மனம் என்னும் பாம்புப் பெட்டியைத் திறந்து பார்க்க கமலாவுக்கே தைரியம் வரவில்லை. தன் மனத்தின் ஆழத்தில் அழுந்திக் கிடந்தது என்ன என்பது அவளுக்கே தெளிவாகத் தெரியவில்லை. அவள் மாமாவும் பாட்டியும் அன்று மாலை சாமாவுக்குப் பெண் பார்த்துக் கல்யாணம் செய்து வைத்துவிடவேண்டும் என்று பேசிக் கொண்டிருந்தது அகஸ்மாத்தாக அவள் காதில் விழுந்தது முதல் அவள் மனம் விஷ சர்ப்பமாகச் சீறிக் கொண் டிருந்தது; அவள் உள்ளம் புயலால் மோதுண்ட கடல் போலக் கொந்தளித்துக் குமுறிக்கொண் டிருந்தது. ஏன்? எதை எண்ணி ? அவள் எதிர்பார்த்து நம்பியிருந்தது தான் என்ன? அவள் உள்ளமும் உடலும் எதை வேண்டி இப்படி ஏங்கித் துடித்தன ? இந்தக் கேள்விகளை அவள் தன்னையே கேட்டுக் கொண்டாள். ஆனால் அந்தரங்கத்தில் கூட அவற்றிற்கு உரிய பதில்களை அளிக்கத் தயங்கினாள்.

தன் அம்மான் சேய்க்குக் கல்யாணம் என்று அறிந்து சந்தோஷப்பட வேண்டியது தன் கடமை என்பதைக் கமலா தனக்குத் தானே நிமிஷத்துக்கு நிமிஷம் ஞாபகப்படுத்திக் கொண்டாள். ஆனால் அவளுடைய மனம் கடமை என்கிற

கடினமான பாதையை விட்டு விலகி விட்டது. சாமாவுக்குக் கல்யாணமாம் சாமாவுக்குக் கல்யாணமாம் என்று பல தடவை தனக்குள்ளேயே சொல்லிக் கொண்டாள் ராமனுடைய பட்டாபிஷேகத்தை உன்னி உன்னி மூண்ட கூனியைப் போல........ சே! அவள் கூனியா என்ன? இல்லவே இல்லை. சாமாவுக்குத் தீமையை அவள் தேடவில்லை ; தனக்கு நன்மையை நாடி னாள்—அவ்வளவுதான்.

இவ்வளவு நாளாக அவளுடைய மனத்தில் எங்கேயோ ஒரு மூலையில், தலைகாட்டக்கூட வெட்கப்பட்டுக்கொண்டு அடங்கிக் கிடந்த ஓர் ஆசை, கால சர்ப்பமாகப் படமெடுத்து ஆடிச் சீறிக்கொண்டு அரங்குக்கு வந்திருந்தது. இவ்வளவு நாளாக அவள் எண்ணிப் பார்க்கக்கூடத் துணியாத எண்ணங்கள் எல்லாம் அவள் மனத்தில் இப்பொழுது எழுந்து கோர தாண்டவம் ஆடின. தன்னுடைய எண்ணங்களின் உண்மைச் சொரூபத்தைக் கண்டு அவளே மிகவும் பயந்து போனாள்.......

தன் மாமாவுக்கும் பாட்டிக்கும் எதிரே இருந்த விஷயங்கள் கூடத் தெரியாமல் கண்கள் அவிந்து விட்டனவா என்று எண்ணிப் புழுங்கினாள் அவள். உண்மையில் தெரியத்தான் தெரியவில்லையா அல்லது தெரிந்தும் அவளை ஒதுக்கி விடுவதே மேல் என்று ஒதுக்கி விட்டார்களா? யோசித்து விட்டு ஒதுக்கி இருந்தார்களானால் தான் நம்பிக்கை கொள்ள வேண்டிய அவசியமே கிடையாது என்று கமலாவுக்குத் தெரியும். அவள் மாமா பிடிவாதக்காரர். ஒரு காரியத்தில் மனம் வைத்து விட்டா ரானால் அவரை அசைப்பதென்பது முடியாது; எவ்விதமான தடைகளையும் லக்ஷியம் பண்ணாமல் செய்து முடிப்பார். அவர் ஒருதரம் சிந்தித்துப் பார்த்து வேண்டாம் என்று ஒதுக்கி இருப்பாரே யானால் அவளுக்குக் கதிமோக்ஷம் ஏது? இவ்வளவு நாள் ....! சை! சிந்தனையிலும் தான் இவ்வளவு வெட்கம் கெட்டவளாகி விடுவாள் என்று கமலா நினைத்ததே இல்லை. தன் மனத்தைக் கட்டுப்படுத்த அவள் வெகுவாக முயன்றாள் ; சிரமப்பட்டு முயன்றாள். ஆனால் அவள் மனம் கட்டுப்பட மறுத்தது. தன்

இஷ்டப்படி சிந்தித்து ஆசைப் புயலை மேல் மேலும் தூண்டிவிட முயன்றுகொண் டிருந்தது.

சாமா படித்தவன்; எல்லா விஷயங்களையும் அறிந்தவன், மேதை. அவன் கண்ணுக்குத் தெரியாதது, அவன் மனத்துக்கு எட்டாதது என்று ஒன்றுமே இருக்காது என்றுதான் கமலா எண்ணியிருந்தாள். தனக்கே தெரியாமல் தன் மனத்தில் இவ்வளவு நாள் ஒண்டிக்கொண்டிருந்த இந்த சிந்தனை அவனுக்குத் தெரிந்திருக்குமா? அவனும் முன் போல் இல்லை. இதனால் தானோ? இதைச் சிந்தித்துப் பார்க்கும் போதே அவளுக்கு வெட்கம் நாக்கைப் பிடுங்கிக் கொள்ளலாம்போல் இருந்தது. மனத்தில் இந்தமாதிரி எண்ணங்களை ஒளித்து வைத்துக் கொண்டு முன்போல அவனுடன் தாராளமாகப் பழகுவது எப்படி? பேசுவதுதான் எப்படி ?......... ஆனால் மறுபடியும் சிந்தித்துப் பார்த்தபோது அவனுக்குத் தெரிந்திருந்தாலும் நல்லதுதான் என்ற முடிவுக்கு வந்தாள் கமலா. அவனும் அவனுடைய அப்பாவைப் போலத்தான்; பிடிவாதக்காரர். காரியத்தைச் சாதிக்க மனம் வைத்தால் சாதித்து விடுவார்.....

பாரதக் கதைகளில் விவரிக்கப்பட்டிருக்கும் ஸ்வயம்வரங்களைப் பற்றிக் கமலாவும் படித்திருந்தாள். தனக்குப் பிடித்த இஷ்டமான ராஜ குமாரன் கழுத்தில் ராஜகுமாரி மாலையைப் போட்டு விடுவாளாம். கமலாவும் அதேபோல இன்று ஸ்வயம்வரம் நடத்தித் தனக்கு உகந்த மணவாளன் கழுத்தில் மாலையைப் போட்டுவிட்டாள். பூஜைகளில் மான ஸீகப் பூஜைதானே சிறந்தது என்று சொல்லுவார்கள்! அவளுடைய மானஸீக மாலையைத் தாங்கிய கழுத்தும் ஒரு ராஜகுமாரனுடையது தான்; சந்தேக மில்லை. ஆனால் அவள்தான் ராஜகுமாரி அல்லவே ! மானஸீகமாகக் கூடத் தன்னை ஒரு ராஜகுமாரியாக அவளால் பிரவனை செய்து பார்த்துக் கொள்ள முடியவில்லை....என்ன செய்வாள், பாவம்!

காரியம் ஆவதாக இருந்தால், அவள் தன் வெட்கத்தையும் தியாகம் செய்துவிடத் தயாராகவே இருந்தாள். அப்படியானாலும் அவள் அவ்வீட்டில் யாருடைய உதவியைக் கோர முடியும்? சுந்தாப் பாட்டிக்கோவெனில் அவள் பேரனிடம் அளவற்ற பிரேமையும் மதிப்பும் இருந்தது. இதில் லவலேசம் கூட அவளுக்குக் கமலாவிடம் கிடையாது.

கமலா எவ்விதத்திலும் தன் பேரனுக்கு ஈடல்ல என்றுதான் அவள் நினைத்தாள். வேறுவிதமாக நினைத்திருந்தால் அவள் தானாகவே தன் பிள்ளையிடம் அதைப் பற்றிப் பிரஸ்தாபித்திருக்க மாட்டாளா? அவள் உதவியைக் கமலா நிச்சயமாக நாட முடியாது: நாடினாலும் "பேஷ்! சாமாவுக்கு ஜானகியின் பொண்ணா! பேஷ்!" என்று நகைப்பாளே தவிர உதவி செய்யமாட்டாள். நினைத்துப் பார்க்கப் பார்க்கத் தன் தாயாரிடம் கமலாவுக்கு கோபம் கோபமாய் வந்தது. தன் தாயின் பெண்ணாகப் பிறந்த ஒரே காரணத்தால் அவள் சாமாவை மணப்பதென்பது அசாத்தியமான காரியமாக அவளுக்குப் பட்டது.

ஆனால் ஜானம்மாளுக்கும் தன் பெண் சாமாவை மணந்து கொண்டு இன்ப வாழ்க்கை நடத்தவேண்டும் என்றுதான் உள்ளூர ஆசை. அதை இரண்டொரு தரம் குறிப்பாக வெளியிட்டும் பார்த்து விட்டாள்; ஆனால் அதை யாரும் கவனிக்கவில்லை. கவனித்தாலும் கவனித்ததாகக் காட்டிக் கொள்ளவில்லை. மனம்விட்டு சொல்லித் தன் தாயின் உதவியை நாடுவதிலும் லாபம் இராது என்று கமலாவுக்குத் தெரியும். அவள் தாய் ஒரு வக்கிரம். எல்லாவற்றையும் அம்பலத்துக்கு இழுத்து மானபங்கப் படுத்தி விடுவாள்.

லஜ்ஜையை விட்டுவிட்டு அவள் சாமாவின் காலிலேயே விழுந்துவிடலாம். அவனிடமே ஒன்றையும் ஒளிக்காமல் தன் மனத்திலிருந்ததை எல்லாம் சொல்லிவிடலாம். பயன் என்ன ஆகுமோ, கடவுள் சித்தம். இப்படி நினைக்கும் போதே கமலாவுக்கு மயிர்க்குச் செறிந்தது; உடம்பு சிலிர்த்தது; மனம் திகைத்தது. தன்னுடைய அதிதைரியமான சிந்தனையைக்

கண்டு அவளே திகைத்துப் போனாள். ஆனால் திகைப்பானேன்? அவள் படித்த நாவல்களில் கதாநாயகிகள் செய்யவில்லையா?

அவர்களைப் போலவே தானும் ஏன் அந்த மாதிரி ஒரு துணிச்சலான காரியத்தைச் செய்யக் கூடாது என்று அவள் யோசித்தாள். பயம் அறியாத குழந்தைகள் பயங்கரமான வஸ்துக்களை வைத்துக் கொண்டு விளையாடுவது போல இருந்தது அவளுடைய சிந்தனை.

சாமாவுக்கு வேறு இடத்தில் விவாகமாய் விட்டால் தன்னால் உயிர் வாழ முடியாது. உயிரைவிட்டு விட வேண்டியதுதான் என்று எண்ணினாள் கமலா.

இவை எல்லாம் அறிவீனமான சிந்தனைகள் என்று அவளுக்கே தெரியாமல் இல்லை. நடக்காத விஷயங்கள். உள்ளத்தைப் புண்ணாக்கிக் கொள்ளுவது ஒன்றுதான் இம்மாதிரியான சிந்தனைகளின் பலன் என்று அவளும் அறிவாள். விதி விட்ட வழி விடட்டும். அது நல்லவழியே விடும் என்று நம்புவதைத் தவிர வேறு கதி ஏது? இந்தக் காரியத்தைத் தெய்வம் பார்த்து முடித்து வைத்தால் தான் உண்டு. கமலா முன்னிலும் அதிகமாகவே தெய்வத்திடம் அன்பையும், நம்பிக்கையையும் காணிக்கையாகச் செலுத்தி வரம் கேட்க ஆரம்பித்தாள்.

ஒரு வெள்ளிக்கிழமை இருக்கும். காலை, மணி எட்டு ஸ்நானம் செய்துவிட்டு அள்ளிச் சொருகிய கூந்தலுடனும் பழம் புடைவையுடனும் நெற்றியில் குங்குமம் பளபளக்க பூஜை அலமாறிக் கெதிரே கையைக் கூப்பிக்கொண்டு கமலா நின் றாள். அவள் கண்கள் மூடியிருந்தன. ஒரு ஸ்லோகத்தை அவள் வாய் முணுமுணுத்துக் கொண்டிருந்தது. அவளுடைய சிந்தனைகள் கனவு லோகத்தில் சஞ்சரித்துக் கொண்டிருந்தன.

வழக்கமாக தபால் பார்க்கத் தபாலாபீஸ் போய்விட்டு வரும் சாமா கையில் ஒரு கடிதத்துடன் உள்ளே வந்து அவளை இந்நிலையில் கண்டான். அவள் முகத்தில் படர்ந்திருந்த

பாவத்தைக் கண்டு அவன் துணுக்குற்றான். அவளுடைய அஞ்சலியையும் பரவசத்தையும் கலைக்காமல், சந்தடி செய்யாமல் அவள் அருகிலே போய் நின்றான். கமலா கனவு லோகத்திலிருந்து திரும்பித் தன் சுய உணர்வு பெற்றுக் கண்ணைத் திறந்தபோது அவள் திருஷ்டியில் முதலில் பட்டது சாமாவின் உருவம் தான். தன் பிரார்த்தனைக்குக் கடவுள் செவி சாய்த்து விட்டார்: அதன் சூசகம்தான் இது என்று அவள் எண்ணி அகமகிழ்ந்தாள். அவள் மகிழ்ச்சி முகத்திலும் ஜ்வலித்தது. தன் அத்தங்காள் உண்மையிலேயே அழகிதான் என்று அந்த வினாடியில் சாமாவுக்குத் தோன்றிற்று.

ஆனால் கமலா, சுபாவமாக உள்ள ஒரு நாணத்துடன் தன் மனத்திலுள்ளதை மறைக்கவே விரும்பினாள். முகத்தைச் சற்றே திருப்பிக் கொண்டாள். அவள் முகம் சிவந்தது. தன் அம்மான்சேய் இதையெல்லாம் கவனிக்காமல் இருக்க வேண்டுமே என்று சமையல் அறையில் அவசர காரியம் இருப்பது போல நகர்ந்துவிட முயன்றாள்.

"என்ன கமலா? " என்றான் சாமா. "நல்ல ஆம்படையானாகச் சீக்கிரம் வரணும் என்றுதானே பிரார்த்தனை செய்துகொண்டிருந்தாய்? வந்து விடுவான், பயப்படாதே!"

"போ சாமா!" என்று கமலாவின் உதடுகள் முணுமுணுத்தன. அவள் இரக்கத்துடனும், அளவு கடந்த அன்புடனும் அவனைச் சிறிது நேரம் பார்த்தாள்.

இடையில் குறுக்கிட்டது தெய்வம். குறுக்கிட் டது தெய்வமாகத்தான் இருக்க வேண்டுமென்று பட்டது கமலாவுக்கு. அந்தத் தெய்வம் நாராயணையர் வீட்டு வேலைக்காரி கோவிந்தம்மாளின் உருவத்தில் அவளுக்கு உதவி செய்ய முன் வந்தது. 'புருஷனைத் தேடிக்கிட்டு எங்கே போவணும்? வெண்ணெயை வச்சுக்கிட்டு நெய்க்கி யாராவது எங்கேயாவது அழுவாங்களா ? ராசாவும் ராணியுமாட்டமா ரெண்டு பேரும் இருக்கச்சே ஜோடி தேடிக்கிட்டு எங்கே போவணும்?' என்றாள் கோவிந்தம்மாள்.

இதைத் தெய்வத்தின் குரலாகவே எண்ணிப் புளகாங்கிதம் அடைந்தாள் கமலா. திரும்பிக் கோவிந்தம்மாளைப் பார்த்தாள்.அடுத்த வினாடி சாமாவின் கண்கள் தன்னையே உற்றுநோக்கிக் கொண்டிருப்பதை அவள் உணர்ந்தாள். சட்டென்று மனத்தில் கொந்தளித்தது எல்லாவற்றையும் ஒருவிதமாக அடக்கிக் கொண்டு "வேலை கிடக்கு. நான் போறேன் " என்று சமையலறையை நோக்கி நடந் தாள். அவள் முகத்தைத் திருப்பி மறைத்துக் கொண்டாளே தவிர, குரலில் தொனித்த எக்களிப்பை அடக்கிக்கொள்ள முடியவில்லை.

கோவிந்தம்மாளின் வார்த்தைகள் சாமாவின் மனத்தில் எந்த விதமான எதிரொலியையும் எழுப்பவில்லை. அவன் மனத்திலே எவ்விதமான அலைகளையும் கிளப்பவில்லை. கமலாவின் மனத்தில் இருந்தது போல அவன் மனத்திலும் ஏதாவது இருந்திருக்குமேயானால் கோவிந்தம்மாளின் குரல் தெய்விகமான அசரீரியாக அவன் காதிலும் விழுந் திருக்கும்.

"கோவிந்தம்மா சொல்றதைக் கேட்டயா கமலா! என்னைவிட நல்ல மாப்பிள்ளையாக உனக்குக் கிடைக்க மாட்டான் என்று கோவிந்தம்மாள் நினைப்புப் போலிருக்கு. அதில்லாமே அண்ணனும் தங்கையும் போல இவ்வளவு நாள்........"

சாமாவின் வார்த்தைகளுள் மற்றவைகள் எல்லாம் கமலாவின் காதில் விழவே இல்லை. விழுந்த வரையில் போதும், போதும், போதும் என்று இருந்தது அவளுக்கு. அவள் முகபாவத்தை சாமா அப்போது பார்த்திருந்தானேயானால் உண்மையிலேயே பீதி அடைந்திருப்பான். நல்லவேளை; சமையலறையில் யாரும் இல்லை என்று சந்தோஷப்பட்டாள் கமலா. தன் கண்களில் திடீரென்று துளித்த நீரைத் துடைத்துக் கொண்டாள். நிர்மலமான வானத்தினின்றும் முழங்கியதே இப்பேரிடி ! நெஞ்சை வந்து ஏதோ கொட்டைப் பாக்கு அடைப்பது போலிருந்தது அவளுக்கு.

கூடத்திலிருந்தபடியே சாமா "உன்கிட்டே ஒரு சமாசாரம் சொல்லணும்னு வந்தேன். போய்ட்டயே !" என்றான்.

குரலை ஒருவிதமாகச் சமாளித்துக் தன் கொண்டு கமலா "நீ சொல்லேன், கைக்காரியமா யிருக்கேன் " என்றாள்.

சமையலறை வாசல்படி வரையில் வந்தான் சாமா. பிறகு தன் கையிலிருந்த கடிதத்தைப் பார்த் துக் கொண்டே அன்னிக்குப் போட்டோவிலே பார்த்தயே ஒரு பெண், என்னோடே படிச்சான்னு சொன்னேனே! ஞாபகமிருக்கா? அவள் நாளைக் கார்த்தாலை மெயிலில் வரதாக எழுதியிருக்காள். விடியகாலம்பற நான் கும்பகோணம் ஸ்டேஷனுக்குப் போய் அவளை அழைச்சிண்டு வரணும்" என்றான்.

"வாயேன்" என்றாள் கமலா. அதாவது வாயேன் என்று சொன்னதாக நினைத்துக் கொண்டாள்: அவ்வளவுதான். அவளுடைய உதடுகள் அசைந்தனவே தவிர வார்த்தை வெளிவரவில்லை. வீட்டில் அவளுக்கிருந்த விரோதிகள் போதாதென்று வெளியே இருந்தும் ஒரு விரோதி வந்து கொண்டிருந்தாள் ?

சாமா சமாசாரத்தைச் சொல்லிவிட்டுப் போய் விட்டான். தன் வார்த்தைகளால் கமலாவின் உள்ளத்தில் எழுந்து குமுறிய புயலை அவன் அறி வில்லை. இப்படி எழுந்த அப்புயல் எப்படி அடித்து ஓய்ந்தது என்று சொல்ல வேண்டாமா? பெண்களுக்கு உள்ளது ஒரே ஒரு கூர்மையான, எல்லையற்ற சக்திபடைத்த ஆயுதம் தான் ; அவர்களுக்கு எந்த சந்தர்ப்பத்திலும் உள்ள ஆறுதலும் அதுவே தான். கமலாவின் உள்ளத்தில் எழுந்த புயல் கண்ணீர் மாரியாக மாறியது.

கமலாவின் தாயார் இடுப்பில் ஈரப் புடைவையைச் சுற்றிக்கொண்டு, குடத்தில் மடி ஜலத்துடன் உள்ளே வந்தாள். தன் பெண்ணைப் பார்த்தவுடன் திடுக்கிட்டு "என்னடீ அது ? வெள்ளிக்கிழமையும் அதுவுமா, அடுப்பங் கரையிலே உட்கார்ந்து அழறே?" என்று கேட்டாள்.

"அழல்லே........" என்றாள் கமலா. 'புகை.... கண்ணிலே ஜலம் வந்துடுத்து" என்றாள். கண்ணைத் துடைத்துக்கொண்டாள். மனத்தைத் தேற்றிக்கொள்ள முயன்றாள்.

ஆச்சரியத்துடன் அவளைப் பார்த்தாள் ஜானம்மாள். "பொய்யாப் பாத்துப் பொருந்தும்படியாச் சொல்லு. அடுப்பு இன்னும் மூட்டவே இல்லை. அதுக்குள்ளே புகை வந்துட்டதாம், புகை. பேஷ்! ஆம்படையானை நினைச்சுண்டு அழ ஆரம்பிச்சிட் டயோ?" என்று சற்றுக் கொடூரமாகவே கேட்டாள்.

"ஆமாம்! ஆம்படையானுக்குத்தான் இப்போ அழறேன்?" என்று வெடுக்கென்று உண்மையையே சொல்லிவிட்டு கமலா தெய்வமே துணை என்று மறுபடியும் பூஜை அலமாறியண்டை போய்விட்டாள்.

10

ஒரு மாதத்திற்குள் இரண்டாவது தடவையாக ஸ்ரீனிவாஸனின் மோட்டார் கார் சாத்தனூர் ஸர்வமானிய அக்கிரஹாரத்தின் அமைதியைக் கெடுத்துக்கொண்டு, 'பூம் பூம்' என்று ஊதிக் கொண்டு வந்து சாமாவின் வீட்டிற்குமுன் நின்றது. இந்தத் தடவை சாமாவையும் ஸ்ரீனிவாஸனையும் தவிர அந்தக் காரில் இன்னும் இருவர் - பெண் மணிகள் - இருந்தனர். அதில் ஒருத்தி சாமாவின் கல்லூரி போட்டோ மூலம் ஏற்கெனவே வாசகர்களுக்கு அறிமுகமானவள். ஜட்ஜ் வீட்டுப் பெண் ; ராஜி என்ற பெயருடையவள் ; சாமாவுடன் பீ.ஏ. வகுப்பில் படித்தவள்; போட்டோவில் சரிசமானமாக அவனுடன் உட்கார்ந்திருந்தவள். அவளுடன் வந்தவள் அவளுடைய அத்தை : ஜட்ஜின் சகோதரி: விதவை. சாத்தனூர்க் கோயிலில் முடி இறக்கிப் பிரார்த்தனை செலுத்த ஒரு குழந்தையையும் உடன் அழைத்து வந்திருந்தாள். அவர்களுடைய வருகைக்கு முக்கிய காரணம் அதுதான். ராஜி தன் நண்பனைக் காண வருவதாகச் சொல்லியிருந்தபடி சந்தர்ப்பம் கிடைத்த போது வந்திருந்தாள்.

கல்லூரியில் படித்துப் பட்டம்பெற்ற மாணவிகளைப் பார்க்காத வாசகர்கள் இந்தக் காலத்தில் இருப்பது துர்லபம். அதனால் ராஜியைப் பற்றி அதிகமாக வர்ணிக்காமல் விட்டுவிடுவதே மேல் என்று நமக்குத் தோன்றுகிறது. எல்லோரும் அறிந்த விஷயத்தை வர்ணித்துத்தான் ஆகவேண்டும் என்ற கட்டாயம் இல்லை அல்லவா! ஆனால் ஒன்று. ராஜி உண்மையிலேயே அழகி.

ராஜியின் வருகையால் நாராயணையர் வீட்டில் மட்டுமல்ல, ஸர்வமான்ய அக்கிரஹாரம் முழுவதிலுமே ஒரு பரபரப்பு

ஏற்பட்டிருந்தது. தெரு வாசிகளில் முக்கால்வாசிப் பேர்வழிகள் பாரதியார் சொல்லுவதுபோல "விந்தை மனிதர்கள்." பெண்கள் என்றால் வீட்டிற்குள்ளேயே அடைபட்டு அடங்கிக் கிடக்க வேண்டியவர்கள் என்ற கொள்கையை உடையவர்கள். வாழ்க்கையில் தினசரி நடைமுறையில் முழுவதும் சாத்தியமில்லாவிட்டா லும், பெயரளவில், இலைமறைவு காய்மறைவில், கொள்கையைப் பற்றிய வரையில் அப்படித்தான். நாகரிகத்தில் முற்றிப் பழுத்த பெண்மணிகளை அவர்கள் அதுவரையில் தூரத்திலிருந்தும் காணக் கிடைக்கப் பெறாதவர்கள். திடீரென்று இப்படி நெருங்கிப் பார்க்க இப்பொழுது சந்தர்ப்பங் கிடைத்தவுடன் திடுக்கிட்டுப் போய் விட்டார்கள். ஆனால் அந்த சந்தர்ப்பத்தைப் பூராவும் பயன்படுத்திக்கொள்ளத் தெருவில் யாரும் முற்படவில்லை.

தெருவில் ஸ்திரீ ஜனங்களிடையே ராஜியைப் பற்றி இரண்டாவது அபிப்பிராயமே கிடையாது. விசாரணை எதுவும் இல்லாமலே அவள் எல்லாவிதத்திலும் முழுதும் கெட்டவள் என்று தீர்மானித்து விட்டார்கள். ஏதோ கொடிய விஷ ஜந்துவைப் பார்ப்பது போல அவளைப் பார்த்தார்கள். தங்களைப் போல ஒரு பெண்ணாக அவளை அங்கீகரிக்க அவர்களால் முடியவில்லை. உடலைப்பற்றிய வரையில் அவளும் ஒரு ஸ்திரீயைப் போலத்தான் இருந்தாள்..

எனினும் தங்களுக்கு இருந்தது போலவே அவளுக்கும் உணர்ச்சிகள், ஆசைகள், பாசங்கள் இருக்குமே என்ற சந்தேகம் கூட அவர்களுக்கு உதிக்க வில்லை. அவள் பேச்சு பெண்கள் பேச்சுப் போலத் தான் இருந்தது; ஆனால் முகத்தைப் போல அதுவும் பவுடர் பூச்சாகவே இருக்கலாம் என்று அவர்கள் எண்ணினார்கள். நாராயணையராத்து ஜானம்மாள் ராஜியைப் பற்றிய வரையில் இந்த கோஷ்டியைச் சேர்ந்தவள் தான். சாமாவுக்காக ஒன்றும் சொல்லாமல் தன்னாலான வரையில் வாயைக் கட்டிக் கொண்டு ஒதுங்கிப் போய்விட்டாள். ராஜியைக் கண்டாலே அவளுக்குக் கட்டோடு பிடிக்க வில்லை. அந்தப் பெண் தன் மருமகனுடனும்,

அண்ணாவுடனும் சரிசமானமாக (ஆங்கிலத்திலும் கூட) வார்த்தையாடுவதைக் காணக் காண அவளுக்குக் கோபம் கோபமாக வந்தது.

சுந்தாப் பாட்டியைப் பற்றிய வரையில் இந்தச் சங்கடம் இல்லை. அவள் தன்னுடைய சின்னப் பிள்ளைகளுடன் சிலகாலம் கல்கத்தாவில் வசித்திருந்தாள். படித்த நாகரிகமான பெரிய மனிதர் வீட்டுப் பெண்களைக் கண்டு பேசிப் பழகி அறிந்தவள் அவள். ராஜியைக் கண்டவுடனேயே அவள் நாகரிக ஏணியில் அதிகப் படிகள் ஏறாதவள் என்பது சுந்தாப் பாட்டிக்குத் தெரிந்துவிட்டது அவள் கல்கத்தாவில் அறிந்திருந்த பல பெண்களைப் போல ராஜி நாகரிகத்தில் முற்றிப் பழுத்து அழுகியவள் அல்ல. சுந்தாப் பாட்டிக்கு ஆங்கிலம்தான் சரியாகத் தெரியாதே தவிர மற்றபடி அவள் அறிவிலும் விவேகத்திலும் குணங்களிலும் யாருக்கும் தாழ்ந்தவளல்ல. அவளுடன் கால்மணி நேரம் பேசுவதற்குள்ளாகவே இது ராஜிக்கும் தெரிந்து விட்டது.

வந்த அன்று மத்தியான்னம் சுந்தாப் பாட்டியிடம் ராஜி "சுவாமிநாதன் படிப்பில் ஏன் இவ்வளவு கெட்டிக்காரனாக இருக்கிறான் என்று இப்போது எனக்குத் தெரிந்துவிட்டது" என்றாள்.

"ஏன்?"

"இப்படிப்பட்ட பாட்டியைப் படைத்தவன் கெட்டிக் காரனாக இல்லாமல் வேறு எப்படி இருக்க முடியும் ?"

"போடி போக்கிரி" என்றாள் சுந்தாப்பாட்டி. அப்படிப் பார்த்தால் உன் பாட்டியும் கெட்டிக் காரியாகத்தான் இருக்கணும்."

ராஜி வரப்போகிறாள் என்று சாமா சொல்லிச் சுந்தாப் பாட்டி அறிந்தபோது அவளுக்கு ஒரு சந்தேகம் தட்டிற்று. அந்த சந்தேகத்தை அவள் தன் பிள்ளையிடமும் சொன்னாள். கல்யாணம் செய்து கொள்ளச் சம்மதிப்பானோ மாட்டானோ

என்று அவர்கள் சந்தேகப்பட்டுக் கொண்டிருக்கையிலே அவன் தானாகவே இந்த ராஜி என்ற பெண்ணை மணம் செய்து கொள்ளுவது என்று மீனம் வைத்து வரித்து விட்டானோ என்னவோ என்று அவள் எண்ணினாள். பெண்ணின் குலம், கோத்திரம், ஸ்திதி, எல்லாம், சாமா சொன்னபடி, திருப்திகரமாகவே இருந்தன. எதிர்பார்த்ததற்குமேல் சற்று அதிகமாகவே இருந்தன என்று தான் சொல்லவேண்டும். மற்றபடி அவள் எப்படி. இருப்பாளோ? நல்லவளோ கெட்டவளோ, சாமாவுக்கு ஏற்றவளோ, ஏற்காதவளோ என்ற கவலை சுந்தாப் பாட்டியையும் நாராயணையரையும் வாட்டிற்று. படித்தவன்தான்; கெட்டிக்காரன்தான். எனினும், சாமா குழந்தைதானே. அவன் வெகுளி ; அவனை ஏமாற்றுவது சுலபம். அதுவும் கூடப் படித்த பெண்ணுக்கு மிகவும் சுலபம் என்று சுந்தாப் பாட்டி எண்ணினாள்.

ராஜியைக் கண்டபின் இக்கவலை அகன்று விட்டது. சாமாவுக்கு எல்லா விதங்களிலும் ஏற்ற பெண்தான் அவள் என்று சுந்தாப் பாட்டி தீர்மானித்துவிட்டாள். ஏற்ற பெண் என்று சொல்லி விட்டால் மட்டும் போதுமா? ஏற்காதவள் என்று கூடத்தான் அதே மூச்சில் சொல்ல வேண்டி யிருந்தது. இருவருடைய ஸ்திதியிலும் விசேஷ வித்தியாசம் இருந்தது. சாமாவுக்கு ராஜி கிட்டாதவள் என்றுதான் சொல்ல வேண்டும். இப்படி எண்ணிய சுந்தாப் பாட்டி இது பற்றிச் சிறிதும் வருத்தப்படவில்லை. சாமாவுக்குப் படித்த பெண், நாகரிகமான பெண் மனைவியாக வாய்க்காதிருப்பதே நல்லது என்று சுந்தாப் பாட்டி எண்ணினாள். சாமாவின் அறிவில் ஒரு பகுதி சரியாக வளர்க்கப்படாமலே மழுங்கிக் கிடந்தது. அதை ஈடுகட்ட குடித்தனப்பாங்கான ஒரு பெண் வந்தால்தான் சரிப்படும் என்பது சுந்தாப் பாட்டியின் அந்தரங்க எண்ணம். சாமாவும் ராஜியைக் கல்யாணம் செய்துகொள்ள வேண்டும் என்று விரும்பியவனாகத் தோன்றவில்லை. அவர்களுடைய சம்பாஷணையில் தோழமை தொனித்ததே தவிர காதல் தொனிக்கவில்லை. அதுவும் ஒருவிதத்தில் நல்லதுதான் என்று

சுந்தாப் பாட்டியும் நாராயணையரும் முடிவு கட்டிக் கொண்டார்கள்.

ராஜி வரப்போகிறாள் என்ற செய்தி கேட்டவுடன் அவளை ஒரு விரோதியாகப் பாவித்து அப்படியே அவளை வரவேற்கவும் கமலா தயாராக இருந்தாள் என்று ஏற்கெனவே சொன்னோம் அல்லவா? அந்த விரோதபாவம், ராஜி வந்ததும் அவளுடன் அரைமணி நேரம் பேசுவதற்குள்ளேயே மறைந்து விட்டது. அவள் விரோதி அல்ல. அவள் தன் அம்மான் சேயைக் காதலனாகவோ கணவனாகவோ கருதவில்லை என்று கமலா, பெண்களுக்கே உரிய ஒரு நுண்ணறிவுடன் அறிந்து கொண்டு விட்டாள். வேறு விதமாகச் சாதிக்க முடியாததாகத் தோன்றிய தன் ஆசையை அவள் மூலம் சாதித்துக் கொள்ள முடியுமா என்று ஆலோசனை செய்து திட்டங்கள் கூடப் போடத் தயாராகி விட்டாள். கமலாவுடன் இருபது வார்த்தைகள் முழுசாகப் பேசும் முன்னரே ராஜியும் விஷயத்தை ஒருவாறு ஊகித்தறிந்தாள். பெண்மை என்ற பாசத்தினால் பிணைபட்டவளாக அவள் கமலாவுக் குத் தன்னாலான உதவியையும் செய்யத் தயாராகவே இருந்தாள்.

ஒரு சந்தர்ப்பமும் கூடிய சீக்கிரமே - அதாவது ராஜி வந்த மூன்றாவது நாளே - வாய்த்தது. சுந்தாப் பாட்டியும் ராஜியும் இந்த மூன்று நாட்களில் மிகவும் அந்நியோன்னியமாகி விட்டார்கள். லோகா பிராமமாக ஏதேதோ வழக்கம் போலப் பேசிக் கொண்டிருந்தார்கள். அவர்கள் இருவரும் தனியாக இருந்தார்கள். முந்திய இரவு வெகு நேரம் கண் விழித்துப் படித்த சிரமத்தால் சாமா மாடியில் படுத்து உறங்கிக் கொண்டிருந்தான். மணி நாலரை யாகியும் இன்னும் எழுந்திருக்கவில்லை. போட்டு வைத்திருந்த காப்பியைச் சாப்பிடக்கூட இறங்கி வரவில்லை. கமலா கொல்லையில் காப்பிப் பாத்திரங்களைத் துலக்கிக் கொண்டிருந்தாள். ராஜியின் அத்தை குழந்தையுடன் காமரா உள்ளில் தூங்கிக் கொண்டிருந்தாள். சாமாவின் அத்தை ஜானம்மாள் வழக்கம் போல வம்பளக்க பக்கத்து வீட்டுக்குச் சென்றிருந்தாள். நாராயணையரின் குரல் மகாலிங்கையர் வீட்டுத்

திண்ணையிலிருந்து தெரு முழுதும் கேட்கும்படியாக ஒலித்துக்கொண்டிருந்தது.

சுந்தாப் பாட்டி மற்ற விஷயங்களுக்கிடையே தன் பேரனின் கல்யாண விஷயத்தைப் பற்றியும் பிரஸ்தாபித்தாள். தனக்கு வயது ஆகிக் கொண்டிருந்தது என்றும் வீட்டிற்குரிய ஸ்திரீ இல்லாமல் குடும்பம் வீணாகிக் கொண் டிருந்தது என்றும் சாமாவுக்குக் கல்யாணம் செய்து பார்த்து விட்டால் தான் நிம்மதியாக இருக்கலாமென்றும் அவள் சொன்னாள். வயதில் சிறியவள், அன்னிய குடும்பத்தவள் எனினும் அவளிடம் இதைச் சொல்ல வேண்டும் என்று சுந்தாப் பாட்டியின் உள்ளத்தில் ஏதோ ஒன்று தூண்டிற்று. இந்தத் தூண்டுதல் சரியாக உருவகமாகாத ஓர் ஆசையின் விளைவு என்பது அவளுக்கே தெரியவில்லை.

ராஜி எல்லாவற்றையும் மௌனமாகக் கேட்டுக் கொண்டிருந்து விட்டு, வீட்டிலிருந்த பெண்ணைப் பற்றிப் பிரஸ்தாபித்தாள்.

"கமலாவையா?" என்று சுந்தாப் பாட்டி கேட்டாள். அதைப்பற்றிப் பேசுவதில் பயன் இல்லை என்று அவளுடைய குரலினாலேயே ராஜிக்குத் தெரிந்துவிட்டது. ஆனாலும் அவ்வளவு சீக்கிரமாகத் தோல்வியை ஒப்புக்கொண்டு விடக்கூடாது என்று கமலாவைப் பற்றி மேலும் சொன்னாள்: "ஏன்? கமலாவுக்கென்ன? எனக்குத் தெரிந்த வரையில் அவள் சாமாவுக்கு முற்றிலும் ஏற்றவளாகத்தான் தோன்றுகிறது!"

"அவளையும் அவள் அப்பா அம்மாவையும் எனக்குத் தெரிஞ்ச அளவு உனக்குத் தெரியாது. அதான் நீ இப்படிச் சொல்றே! தெரிஞ்சாச் சொல்லமாட்டே........" என்றாள் சுந்தாப் பாட்டி. அவள் மனசிலேயும் சாமாவைக் கல்யாணம் பண்ணிக்கணும்னு ஆசை.......'

" ஆசைக் கென்ன. எல்லாருக்குந்தான் ஆசை அளவு கடந்து இருக்கு? ஆசைமட்டும் இருந்தால் போதுமா?"

"அப்படியானா அவளுக்கு வேறே இடம் பார்க்க வேண்டியது தானாக்கும் ?"

"ஆமாம்."

“கூடிய சீக்கிரம் ஏதாவது ஏற்பாடாக வேண்டாமா?"

"ஆகணும், ஆகணும். ஏதாவது பாத்துச் செஞ்சுட வேண்டியதுதான். எங்கே அவளுக்குன்னு எழுதியிருக்கோ அங்கே தானாகவே நடக்கும்....... என்றாள்" சுந்தாப்பாட்டி.

தன் புதுத் தோழியின் கட்சியை ஆதரிக்க அதற்கு மேல் ஒன்றும் சொல்ல வழி இல்லை என்று ராஜி சும்மா இருந்து விட்டாள்.

சுந்தாப் பாட்டி "பிறத்தியாருடைய கல்யாணத்தை யெல்லாம் பத்தி நீ பேசறயே, நூத்துக் கிழவியாட்டமா ? உனக்குக் கல்யாணம் எப்போ?” என்று கேட்டாள்.

"எனக்குக் கல்யாணமே ஆகாது. நான் ஆயுஸு பூராவும் இப்படியே தான் இருக்கப் போறேன்" என்றாள் ராஜி.

“ரொம்பப் பேர் அப்படிச் சொன்னவாளை எனக்குத் தெரியுமே!" என்றாள் சுந்தாப்பாட்டி.

"பாருங்களேன் ” என்றாள் ராஜி.

அவள் குரல் திடமாகத்தான் இருந்தது. ஆனால் அவள் அதைச் சொன்ன போது இருந்த முகபாவமும் கண்களும் அவளைக் காட்டிக் கொடுத்து விட்டன. சுந்தாப் பாட்டி ஆச்சரியத்துடன் அவளைப் பார்த்தாள். அடுத்த வினாடி அவளுடைய ஆச்சரியம் இரக்கமாக மாறியது. காதிலும் மூக்கிலும் ஜ்வலித்தது போன்ற ஒரு நட்சத்திரம் அவள் கண்ணிலும் ஜ்வலிக்க ஆரம்பித்ததைக் கண்டாள்.

ஏதோ துக்ககரமான விஷயம்; அதைத் தான் கேட்டு விட்டது தவறு என்று உணர்ந்தாள் சுந்தாப் பாட்டி. ராஜியைத் தன்னுடன் சேர்த்து அணைத்துக் கொண்டு அவள் கண்ணில் துளித்திருந்த கண்ணீரைத் துடைத்து விட்டாள். சுந்தாப் பாட்டி அப்போது ஏதாவது ஒரு வார்த்தை சொல்லி யிருந்தாளானால் ராஜி மனத்தை ஒருவாறு திடப்படுத்திக் கொண்டு ஒன்றுமே சொல்லாமல் முன் போலவே இருந்திருப்பாள். ஆனால் சுந்தாப் பாட்டி வாயைத் திறக்கவே இல்லை. தன் ரகசியத்தைத் தன் தாய் போன்ற அவளிடம் சொல்ல வேண்டும் என்று ராஜிக்குத் தோன்றியது; சொல்லியே விட்டாள்.

"எனக்கு எல்லாம் ஆகி முடிந்து விட்டது பாட்டி" என்றாள். அதற்கு மேல் அவளால் அழுகையை அடக்க முடியவில்லை. சுந்தாப்பாட்டியின் மாரில் சாய்ந்து கொண்டு விம்மி விம்மி அழ ஆரம் பித்து விட்டாள்.

அவர்களுடைய சம்பாஷணையின் கடைசிப் பகுதியைக் கேட்டுக் கொண்டே மாடிப்படி இறங்கி வந்த சாமா இந்தச் செய்கையைப் பார்த்தவுடன் திடுக்கிட்டு ஒரு நிமிஷம் தயங்கி நின்றான். பிறகு சப்தம் செய்யாமல் திரும்பிப் படி ஏறி மாடிக்குப் போய் விட்டான். அன்று அவனுக்கு மணிக்கு ஆறின காபி தான் கிடைத்தது.

11

ராஜியின் ரகசியத்தை அறிந்தது முதலே சாமாவினுடைய மனத்தையும் உடலையும் என்னவோ செய்தது. இந்த உணர்ச்சிகளைச் சமாளித்துக் கொண்டு அவனால் அவளுடன் முன் போலப் பழக முடியவில்லை. உபாத்தியாயர் முன் கொண்டு வந்து நிறுத்தப்பட்ட, தவறு செய்து விட்டு மாட்டிக் கொண்ட பையனைப் போல் அவன் 'நாக்கு குழறிற்று; வார்த்தைகள் தடுமாறின. இது வரையில் எந்தப் பெண்ணைப் பற்றியும் அதிகமாகச் சிந்தித்து அறியாத சாமா இப்பொழுது இந்தப் பெண்ணைத் தவிர வேறு எதைப் பற்றியும் சிந்திக்கச் சக்தி இல்லாதவன் ஆகிவிட்டான். அவன் சிந்தனையில் இரக்கம், பரிதாபம் போன்ற பல ரகமான உணர்ச்சிகள் குறுக்கிட்டுக் குழம்பின. எதைப் பற்றியும் தெளிவாகச் சிந்தனை செய்யும் சக்தி வாய்ந்தவன் என்று தன்னைப் பற்றிப் பெருமை கொண்டிருந்த சாமாவுக்கு அவனுடைய புதிய மனக் குழப்பம் ஒரு நூதன அனுபவமாக இருந்தது.

குறையோ நிறையோ எதுவும் அன்பு என்னும் கண் கொண்டு பார்க்கிறவர்களுக்குத் தான் தெரியும் என்று சொல்லுவார்கள். அதுபோல சுந்தாப் பாட்டியின் கண்களில்தான் சாமாவின் இந்த மாறுதல் முதல் முதலில் பட்டது. மற்றவர்கள் அதைக் கவனிக்கவே இல்லை; ராஜியும் கவனிக்கவில்லை. இது திருப்திகரமான மாறுதலாக சுந்தாப் பாட்டிக்குத் தோன்றவில்லை. இந்த மனநிலை சாமாவை எங்கே கொண்டு போய் விடுமோ என்று எண்ணி அவள் பயந்தாள். ராஜியிடம் அவளுக்குப் பரிபூர்ணமான அனுதாபம் இருந்தது. ஜட்ஜ் வீட்டுப் பெண்ணின் அந்தரங்கத் துன்பங்களை அறிந்து அவளும் வருத்தப்பட்டாள். மனப் பூர்வமாக

வருத்தப்படுவதைத் தவிர வேறு என்ன தான் அவள் செய்யக்கூடும்!

அன்று ராஜியும் தானும் பேசிக் கொண்டிருந்ததைச் சாமா கேட்டு விட்டான்; அது தான் அவனுடைய மாறுதலுக்குக் காரணம் என்று சுந்தாப் பாட்டி அறிந்து கொண்டாள். ஆனால் ராஜியின் துன்பங்களைத் தவிர்க்க சாமா முன் வருவானேயானால், அவனும் அந்தத் துன்பச் சுழலில் அகப்பட்டுக் கொள்ளுவான். அதைத்தவிர வேறு ஒரு பலனும் இராது என்று தான் சுந்தாப்பாட்டி எண்ணினாள். இந்திய தேசத்தில் பிராம்மண குலத்தில் பிறந்து பின் கணவனை இழக்கும் துர்ப்பாக்கியமும் பெற்ற ஸ்திரீக்கு கதிமோக்ஷமே கிடையாது என்றுதான் அந்தக் கர்நாடகக் கிழவி எண்ணினாள். விதியை யார் தான் மீற முடியும் ? சுந்தாப்பாட்டி விவேகிதான். ஆனால் மனித அறிவுக்கும் விவேகத்துக்கும் எட்டாத பல விஷயங்கள் வாழ்க்கையில் இருக்கத் தான் இருக்கின்றன. ஒரு சமூகத்தின் நியதிகள், விதிகள் எல்லாம் இந்த ரகத்தைச் சேர்ந்தவை தான். எந்த விவேகியும் இதை மறுக்க முடியாது. மற்ற எல்லாச் சுப சௌக்கியங்களையும் படைத்திருந்த ராஜி இந்த விஷயத்தில் உண்மைச் சௌபாக்கிய மில்லாதவளாகவேதான் ஆயுள் முழுவதும் தள்ளியாக வேண்டுமா? வேறு வழி இல்லையா?

ராஜியின் சரித்திரத்தைக் கேட்கக் கேட்கச் சுந்தாப்பாட்டிக்கு வழி இல்லை என்ற நம்பிக்கை தான் உறுதி அடைந்தது. தவறி அகஸ்மாத்தாக தன் வாய்விட்டு வந்துவிட்ட விஷயத்தை மறுநாள், ராஜி, தன் உள்ளத்தில் பொங்கி எழுந்த துக்கத்தையும், கண்ணில் பொங்கிய கண்ணீரையும் அடக்கிக் கொண்டு பாட்டியிடம் சவிஸ்தாரமாகக் கூறினாள் - மனம் விட்டுக் கூறினாள். சுந்தாப் பாட்டியைப் போன்ற ஒரு முதிய ஸ்திரீயினிடம், தன்னை முழுதும் அறிந்து கொண்ட ஒரு ஸ்திரீயினிடம் தன் சோகக் கதையைக் கூறுவது அவளுக்கு மிகவும் ஆறுதலாகவே இருந்தது.

பத்தாவது வயதிலேயே அவளுக்குக் கல்யாணம் செய்து வைத்து விட்டார்கள். மறு வருஷம் அவளுடைய இளம் கணவன் ஒரு கோர விபத்தில் அகப்பட்டு இறந்து விட்டான். வைதிகக் குடும்பத்தில் பிறந்து, வாழ்க்கையில் பெரும் பகுதியை வைதிக மனப்பான்மையுடனேயே கழித்து விட்ட அவள் தகப்பனாருக்கு இந்த சம்பவத்தால் மனம் உடைந்து விட்டது. அவர் தம் பெண்ணைப் படிக்க வைத்தார். அவளுக்குத் தன் கணவனின் உருவம் கூடச் சுதாவாக ஞாபகம் இல்லை; போட்டோ உருவம்தான் ஞாபகம் இருந்தது. ஆறேழு வருஷங் களுக்குப் பிறகு ஒரு தரம் அவள் தகப்பனார் கொள்கைகளை எல்லாம் மறந்து விட்டு, அவளுக்கு மறு விவாகம் செய்து வைக்க முயன்றார். கல்யாணம் ஆகும் தறுவாயில் எதிர்பாராத விதமாகத் தடைப்பட்டு நின்று விட்டது. ராஜியும் கல்லூரியில் சேர்ந்து படிக்க ஆரம்பித்தாள். மறுபடியும் ஒரு தரம், அவளுடைய பதினெட்டாவது வயதில், அவளுக்கு விவாகம் செய்து வைக்க முயற்சி நடந்தது. நல்ல இடத்தில் நிச்சயமும் ஆயிற்று. ஆனால் அதுவும், காரணமே இல்லாமல், விதியின் குறுக்கீடு ஒன்றே காரணமாகத் தடைப்பட்டு விட்டது.

“விதியுடன் யாராலும் போராட முடியாது" என்றாள் சுந்தாப் பாட்டி.

"எனக்கு எங்கேயாவது உபாத்தியாயினியாக வேலை கிடைக்கும். தாயற்றுப் போய் விட்ட என் தமக்கையின் குழந்தைகளுக்குத் தாயாக நான் என் வாழ்க்கையை நடத்தி முடித்து விடுவதாகத் தீர்மானித்திருக்கிறேன்" என்றாள் ராஜி. அவள் உதடுகள் துடித்தன; கண்கள் நிறையாத குறை தான்.

"உம்........" என்று பெருமூச்சு விட்டாள் சுந்தாப் பாட்டி. “நான் பழங் காலத்துக் கிழவி. நீயோ படிச்ச பொண். நான் சொல்றது உனக்கு ஏற்குமோ, ஏற்காதோ?"

“நீங்கள் என் தாயைப் போல" என்றாள் ராஜி. "இன்று வரையில் நான் யாருடனும் இவ்வளவு மனம் திறந்து பேசியதே கிடையாது."

"என், பொண்ணாயிருந்தால் எதையும் எண்ணி ஆசைப்படாதே; திடசங்கல்பத்துடன் இரு என்று தான் நான் சொல்லுவேன்" என்றாள் சுந்தாப் பாட்டி.

ராஜியிடம் ஏற்கெனவே சுந்தாப் பாட்டிக்கு இருந்த மதிப்பு அவளுடைய வரலாற்றை அறிந்த பின் பன்மடங்காகப் பெருகியது. ஆனால் அவள் இன்னமும் தன் வீட்டில் தங்கி இருப்பது அவளுக்குப் பிடிக்கவில்லை. சாமா காரணமாகவே அவள் பயந்தாள். சாமா அவ்வளவாக மனோதிடம் இல்லாதவன். ராஜியின் நெருங்கிய தொடர்பு, அதுவும் அவளுடைய கஷ்டம் அவனுக்குத் தெரிந்த பின், அவனை எப்படிப் பாதிக்குமோ என்று அவள் பயந்தாள். இரண்டு வருஷங்களாகவே கல்லூரியில் நெருங்கிப் பழகியவர்கள் என்பதை அவள் மறந்து விட்டாள். இந்தக் காலத்துப் பிள்ளைகள் என்ன வெல்லாமோ அசட்டுப் பிசட்டு என்று பிதற்றித் திரிந்து கொண்டிருக்கிறார்கள்! அசட்டுப் பேச்சிலிருந்து அசட்டுச் செய்கைக்கும் பாய்வது வெகு சுலபமே! இந்த அசட்டுத்தனம் காலத்திற்கே உரியது என்று சுந்தாப்பாட்டி அறிவாள். அதற்காகச் சாமாவையோ, ராஜியையோ குறை கூறிப் பயன் இல்லை. ஈசுவர சிருஷ்டியையே மாற்றி விடச் சக்தி படைத்தவர்கள் போல் சிலர் பிதற்றித் திரிந்து கொண்டிருந்ததைக் காலத்தின் கோளாறு என்று சொல்லாமல் வேறு என்ன என்றுதான் சொல்ல முடியும்?

ராஜி எவ்வளவு சீக்கிரம் தன் வீட்டை விட்டுக் கிளம்புகிறாளோ அவ்வளவுக் கவ்வளவு நல்லது என்று எண்ணினாள் சுந்தாப் பாட்டி- சாமாவுக்கு நல்லது. ராஜியிடம் தனக்கு ஏற்பட்டிருந்த மதிப்புக்காகவும், அனுதாபத்துக்காகவும் தன் சாமாவை அவள் பலி கொடுக்கத் தயாராய் இல்லை. சாமாவுக்குக் கூடிய சீக்கிரம் நல்ல

இடமாகப் பார்த்து கல்யாணம் செய்து வைத்துவிட வேண்டும் என்று சுந்தாப் பாட்டியின் மனத்தில் ஏற்கெனவே உதித்திருந்த சிந்தனை இதனால் உறுதிப்பட்டது. ராஜி கிளம்பி விட்டாளானால் நல்லது. ஆனால் 'நீ ஊருக்கு போய் விடு' என்று அவளை மூட்டை கட்டிக் கிளப்பிவிட முடியுமா என்ன?

ஆனால் ராஜியும் அதிக நாள் இந்தச் சங்கடத்துக்கு இடம் வைக்கவில்லை. இரண்டொரு நாளில் தானாகவே கிளம்பி விட்டாள். போகும் முன் அவள் கமலாவிடம், அவளுக்காக தான் போன தூதில் தோல்வியுற்று விட்டதை நாஸூக்காக, குறிப்பாகச் சொல்லிவிட்டுத்தான் போனாள். சுந்தாப் பாட்டி தனக்குச் சொன்ன உபதேச மொழிகளை அவள் கமலாவுக்குத் திருப்பி விட்டாள். "எதிலும் ஆசை வைக்காதவர்களே இவ்வுலகில் அதிர்ஷ்ட சாலிகள் ; ஏனெனில், எதிலும் அவர்களுக்கு ஏமாற்றம் என்பதே கிடையாது" என்று சொன்னாள். இந்த அபிப்பிராயத்துக்கு அரண் காட்டுவதே போல அவள் கமலாவுக்குத் தன் துயர ரகசியத்தையும் ஓரளவு சொன்னாள். பிறர் கஷ்டங்களைக் கேட்பதில் தங்கள் கஷ்டங்களை மறந்து ஆறுதல் பெறுவது மனித சுபாவம் அல்லவா!

ஊருக்குக் கிளம்பும் போது ராஜி வந்து சுந்தாப்பாட்டிக்கு நமஸ்காரம் பண்ணினாள். பாட்டி அவளை வாரி எடுத்து உச்சிமுகந்தாள்.

“நீங்கள் என் பாட்டியாக இருக்கக் கூடாதா? இருந்தால் உங்களை விட்டுப் பிரியாமலே இருக்கலாமே என்றிருக்கு எனக்கு" என்றாள் ராஜி.

"உன் பாட்டிதான், வேறு என்ன? எனக்கு இங்கே இன்னும் கொஞ்சம் காரியம் இருக்கு. அதை முடிச்சுண்டு உன்னோடேயே வந்து இருந்து விடறேன், பாரேன்.”

சாமாவிடம் சாதாரணமாகப் பேசி, நகைத்து விடை பெற்றுக் கொண்டாள் அவள். "உன் கல்யாணம் இந்த ஆனிக்குள் நடந்து

விடும் என்கிறாள் உன் பாட்டி. கடிதம் போட மறந்துடாதே! கட்டாயமாக நான் வருவேன் '' என்றாள்.

"நீ வராமலா?'' என்று கேட்டுவிட்டுச் சாமா அவளை ஒரு பார்வை பார்த்தான். அவன் குரல், பார்வை இரண்டிற்கும் ஏதோ தனி அர்த்தம் இருந்ததென்று ராஜி மறுநாள், ஊருக்குப் போய்ச் சேர்ந்த பின் தான் உணர்ந்தாள்.

சாத்தனூர் ஸர்வமானியத் தெருவாசிகள் ராஜி ஊரை விட்டுப் போனபின் பல நாட்கள் அவரவர்கள் கண்ட ராஜியைப் பற்றிப் பலவிதமாக வம்பளந்து கொண்டிருந்தார்கள் என்று சொல்லவும் வேண்டுமா?

ராஜியைப் பற்றியே ஓயாமல் நாலைந்து நாட்களாகச் சிந்தனை செய்து கொண்டிருந்த சாமாவால் அவளைப் பற்றி எவ்வித முடிவுக்கும் வர முடியவில்லை. மற்ற எல்லா விஷயங்களைப் பற்றியும் தெளிவாகச் சிந்தனை செய்யப் பழகியிருந்த அவன் தனக்கே சொந்தமான இந்த விஷயத்தைப் பற்றி எவ்வித முடிவுக்கும் வரமுடியாமல் தடுமாறினான். ஏதோ அதுவரையில் அவன் அறிந்திராத ஒரு புது உணர்ச்சி குறுக்கிட்டது; அது அவன் கண்களை மறைத்தது. அவன் மனது அவனுக்கே சரியாகத் தெரியவில்லை. பலதரப்பட்ட எண்ணங்கள் கட்டுக்கடங்காமல் எழுந்து அவன் உள்ளத்தைக் கலக்கின. தனக்குப் புதுமையான இந்த மனக் குழப்பத்தையும் உணர்ச்சியையும் அவன் காதல் என்று எண்ணிக் கொண்டான். இந்த எண்ணம் உதித்ததுதான் தாமதம். அவன் உடனே உட்கார்ந்து ராஜிக்கு ஒரு கடிதம் எழுதிவிட்டான் காதல் கடிதம். அவனுடைய அப்போதைய மன நிலை அந்தக் கடிதத்தில் நன்கு பிரதிபலித்திருந் தது. அவளுடைய கஷ்டத்தை அறிந்தது முதல் தன் மனத்தில் ஏற்பட்டிருந்த மாறுதல்களை எல்லாம் அவன் அதில் விவரித்திருந்தான்.

ராஜி சாத்தனூரை விட்டுக் கிளம்பியதற்கு மறுநாள் கடிதம் தபாலில் சேர்ந்துவிட்டது. கடிதம் எழுதியான பின் கூடச் சாமாவின் மனம் ஒருமைப் பட்டு அமைதி பெறவில்லை.

மறுபடியும் புதுப்புது சந்தேகங்கள் அவன் மனத்தில் வெடித்தெழுந்தன. காதல் என்று தான் முடிவு கட்டியது தவறாக இருந்து விடுமேயானால்!

இருவருடைய வாழ்க்கையும்அன்றே ஓர் அர்த்தமற்ற பிணைப்பால் வீணாகிவிடும்! ராஜியை வாழ்க்கைத் துணையாகக் கொண்டு ஓர் ஆயுள் முழுவதையும் கடத்துவது சாத்தியமான காரியமா என்று அவன் சிந்தித்துப் பார்த்தான். படித்த பெண்ணைக் கல்யாணம் செய்து கொண்டு வாழ்க்கை நடத்த அவன் கனவில்கூட நினைக்கவில்லை. ஆனால் ராஜி மற்ற படித்த பெண்களைப் போல் இல்லை என்றுதான் சொல்ல வேண்டும். அவள் எல்லா விதத்திலுமே சிறந்தவள்தான். பெண் குலத்தின் வெற்றி அவள். தவிரவும் அந்தக் கல்யாணத்துக்குத் தன் தகப்பனாரும் பாட்டியும் முழுமனத்துடன் ஒரு நாளும் சம்மதிக்க மாட்டார்கள்! எப்படிப் பார்த்தாலும் தான் விரும்பியது: சாத்தியமல்லாத அசட்டுக் காரியமாகத்தான் பட்டது சாமாவுக்கு.

கடிதத்தையோ தபாலில் சேர்த்தாகிவிட்டது வீணாக மனத்தை அலட்டிப் புண்படுத்திக் கொள்வானேன்! பதில் வரட்டும், பார்க்கலாம் என்று நினைத்தான் சாமா. அப்படியும் அவனுக்கு நிம்மதி பிறக்கவில்லை. கடிதத்தை அனுப்பிய அன்று இரவு மணி மூன்று வரையில் அவன் வராந்தாவில் கையைக் கட்டிக்கொண்டு, குறுக்கும் நெடுக்குமாக உலாவிக் கொண்டிருந்தான். மணி மூன்று அடித்த பின் படுக்கையில் படுத்துப் புரண்டு கொண்டே இருந்தான்: உறங்கவில்லை. தன் சொந்த வாழ்க்கை யில் தன்னை மிகவும் நெருங்கிப் பாதித்த ஒரு பிரச்சனையைத் தன்னால் தீர்க்க முடியவில்லையே என்று அவன் வருந்தினான். தன் அறிவு, ஆற்றல் எல்லாம் வெறும் ஏட்டுச் சுரைக்காய் தான், காரியத்தில் பலன் தராதவை என்று அவன் கண்டு கொண்டான். அவனுடைய தன்னம்பிக்கையும், விவாதத்தில் அவனுக்கிருந்த ஈடுபாடும் விருப்பமும் இந்த அனுபவத்தால் சற்றுக் குறைந்தன என்றே சொல்லலாம்.

சுந்தாப் பாட்டியிடம் தன் மனத்தில் உள்ளதைச் சொல்லி விட்டால் நிம்மதி பிறந்துவிடும்; நல்லதோ கெடுதலோ அவள் ஒரு வழி காட்டிவிடுவாள் என்று சாமா நினைத்தான். ஆனால் தான் படித்தவன்; வளர்ந்து பெரியவனாகி விட்டவன் ; விவேகி. இப்படி இருந்தும் தன் பிரச்னையைத் தானே தீர்த்துக் கொள்ளாமல் அவள் உதவியை நாடுவது அவமானமான விஷயம் என்று எண்ணிச் சும்மா இருந்துவிட்டான். மறுநாள் பொழுதையும் எப்படியோ கழித்தான்.

அதற்கு மறுநாள் அவனுடைய காதல் கடிதத்துக்கு பதில் வந்துவிட்டது. அவனுடைய கடிதத்துக்கு நேர்மாறான கடிதம் அது. அதில் சஞ்சலமோ குழப்பமோ பதட்டமோ இல்லை ஆழ்ந்த நம்பிக்கையும் அமைதியும் தீர்மானமும் அதில் தெளிவாக ஒலித்தன. அதன் பாவம் சாமாவுக்குப் பிடித்திருந்தது; ஆனால் அதிலிருந்த விஷயத்தைச் சாமா ஒப்புக் கொள்ளவில்லை. "என்னுடைய வரலாற்றைத் திடீர் என்று அறிந்த வேகத்தில் எழுந்த அனுதாபத்தை, பரிதாபத்தை, நீ காதல் என்று எண்ணிக் கொண்டு விட்டாய்; அவ்வளவுதான் என்று அவள் எழுதியிருந்தாள். சாமா அதை ஒப்புக் கொள்ளவில்லை. அவள் வரலாற்றை அறியும் முன்னரே அவன் மனத்தில் அவள் ஒரு ஸ்தானம் பெற்றிருந்தாள். ஸ்திதியில் அவள் தனக்கு உயர்ந்தவள் என்ற ஒரே எண்ணத்தினால் தான் அவன் அதைப் பற்றிச் சிந்திக்கவே தைரியமில்லாமல் பயங்கொள்ளியாக ஒதுங்கிப் போய்க் கொண்டிருந்தான். இப்பொழுது அவனுடைய பயங்கொள்ளித் தனம் அகன்று விட்டது.

அவள் பின்னும் இந்த விஷயத்தை நீ உன் பாட்டியிடம் சொல்லி இருப்பாய் என்றே நம்புகிறேன். அப்படிச் சொல்லி இருந்தா யானால் என் பதில் என்னவா யிருக்கும் என்று, என் மன நிலையை அவள் புரிந்துகொண்ட வகையில் உனக்குப் பதில் அளித்திருப்பாள். அத்தைப் பாட்டி மாதிரி ஏதோ எழுதுகிறேனே என்று எண்ணிக் கொள்ளாதே. வயதில் இல்லாவிட்டாலும் அனுபவத்தினாலும் அறிவினாலும் உணர்ச்சிகளாலும் நான் அத்தைப் பாட்டியே தான்.

பெரியவர்கள் நமது நலத்தையே நாடுகிறார்கள். சில சமயம் நமக்கு நலத்தைத் தரும் காரியங்கள் நமக்குப் பிடிக்காதவைகளாகவும் இருக்கலாம். அதற்கென்ன செய்வது? முக்கியமாக நீ சுந்தாப் பாட்டியைக் கேட்டு அவள் சொல்படி நடப்பதே நல்லது என்று எனக்குப் படுகிறது. சொல்லலாம் என்ற உரிமையுடன் சொல்லுகிறேன்.. " என்று எழுதியிருந்தாள்.

சுந்தாப் பாட்டிக்கும் அத்தைக்கும் நமஸ்காரத்தைத் தெரிவித்திருந்தாள். கமலாவை விசாரித்திருந் தாள். சாமா இந்தக் கடிதத்தை நாலைந்து தடவை திருப்பித் திருப்பிப் படித்தான். ஒவ்வொரு தடவை படிக்கும் போதும் அவனுடைய தீர்மானமும் வியப்பும் அதிகரித்தன. படிப்பில் அதிகத் துடியில்லாத ஒரு பெண்ணுக்கு எவ்வளவு மனோதிடமும் அறிவும் இருந்தன என்று அவன் வியந்தான். உடனே உட்கார்ந்து பதில் எழுதிவிட வேண்டுமென்று அவன் துடித்தான். ஆனால் முன்போல குழப்பமான மனநிலையைப் பிரதிபலிக்கக் கூடிய கடிதம் எழுத அவனுக்கு இஷ்டமில்லை. அவள் கடிதத்துக்கு ஏற்ற பதிலை எழுத வேண்டும் என்று ஒரு நாள் காத்திருந்தான்; அவன் உணர்ச்சிகள் உரம் பெற்றன.

மறுநாள் அவன் கடிதம் எழுதிவிட்டான். நாலே நாலு வரிகள்தான் எழுதி இருந்தான். "உன் மனம் மாறும் வரையில் நான் காத்திருக்கத் தயார். உன் மனம் மாறும் என்பது எனக்குத் தெரியும். இன்றோ நாளையோ, யார் சொல்ல முடி யும்? உன்னை அடையும் வரையில் என் வாழ்க்கைப் பசி தீராது" என்று எழுதினான்.

12

சாத்தனூர் ஸர்வமானிய அக்கிரஹாரத்தின் அதிர்ஷ்டம் அது ; நம்மைவிடச் சிறந்த ஆசிரியன் ஒருவன் அதன் பிரபாவங்களை எழுதுவதற்குக் கிடைக்கவில்லை. நம்முடைய அதிர்ஷ்டமும் சற்று மட்டம் என்றுதான் சொல்ல வேண்டும். நமக்கும் இந்த அக்கிரஹாரத்தை விட்டால் வேறு கதியில்லை; நம் கதை இதைவிட்டு நகருவதற்கில்லை.

தெருவின் தினசரி வாழ்க்கையில் பல தலைமுறைகளாகவே எவ்விதமானமாறுதலும் இன்றி ஒன்றன் பின் ஒன்றாக நாட்கள் கழிந்து கொண் டிருக்கின்றன. ஊருக்கு வந்த புதிதில் அவ் வாழ்க்கையில் அமைதியும் வசீகரமும் இருந்ததாகச் சாமா எண்ணியது வாஸ்தவந்தான். ஆனால் இரண்டு மாதங்களுக் குள்ளாகவே அது அலுத்துவிட்டது. அக்கிரஹாரத்து வாசிகள் மிகவும் குறுகிய பரப்புக்குள் வளைய வளைய வந்து கொண்டிருந்தார்கள். மனிதப் பிறவி எடுத்தவர்களுக்கு, அதன் உயரிய அம்சங்களை அறிந்தவர்களுக்கு, அது சரியான வாழ்க்கை அல்ல என்று சாமாவுக்குப் பட்டது. மேல் நாடுகளில் புதுப்புது சமுதாயங்கள் வயிற்றுப் பசி ஒன்றையே ஆதாரமாகக் கொண்டு அமைக்கப் படுகின்றன: அவை சாரமற்றவை என்று குற்றம் கண்டுபிடித்த சாமா இங்கே தன் தெருவிலும் வயிற்றுப் பசியைத் தவிர வேறு எப்பசியையும் அறியாத மனிதர்கள் இருந்தார்கள் என்பதைக் கண்டான். தங்கள் தங்கள் வயிற்றுப் பசியைத் தீர்த்துக் கொள்ளுவதைத் தவிர வேறு லக்ஷியமே இல்லாமல் மனிதர்கள் வாழ்க்கை நடத்துவது சாத்தியமாக இருந்தது என்பதைக்கண்டு சாமா ஆச்சரியப்பட்டான். வாழ்க்கையில் வேறு எவ்வளவோ கணக்கற்ற நேர்த்தியான விஷயங்களுக்கு ஹிந்து சமூகம், கொள்கை அளவில், இடம் கொடுத்தது. ஆனால் இது

கொள்கை அளவில்தான். சாதாரண மனிதர்களின் தினசரி வாழ்க்கையில் இவை ஒரு சிறிதும் ஒட்டவில்லை.

பசிகள் எல்லாவற்றையுமே மீறி விட்டவர் சாம்பமூர்த்தி ராயர்; அவர் ஒரு லக்ஷிய புருஷர் என்றுதான் சாமா முதலில் எண்ணி இருந்தான். அதுவும் தவறான அபிப்பிராயம் என்று சாமாவுக்கு இப்பொழுது பட்டது. வாழ்க்கையில் தோல்வி அடைந்து விட்டவர் என்பதற்காக அவரைக் கடியவில்லை சாமா. தோல்வி என்பது அர்த்தமில்லாத ஒரு வார்த்தை. தோல்வியையே வெற்றியாகவும் கருதலாம்; வெற்றியையும் தோல்வியாகக் கருதலாம். அது அவரவர்களுடைய மனோபாவத்தைப் பொறுத்தது. சாம்பமூர்த்தி ராயர் ஒருநாளும் தான் தோல்வி அடைந்தவர் என்று ஒப்புக்கொள்ள மாட்டார். ஆனால் அவர் வாழ்க்கையின் ஆசாபாசங்களை மீறி எழுந்தவர்; பசிகளைக் களைந்தவர்; ஒரு நிர்வாண சூன்ய நிலையை எட்டிவிட்டவர். அது தான் அவர் செய்துவிட்ட தவறு என்று சாமாவுக்குப் பட்டது. பசி - வயிற்றுப் பசி மட்டுமல்ல மற்ற எல்லாப் பசிகளும் தான்- இல்லாமல் மனிதன் மனிதனே ஆகமாட்டான் என்ற முடிவுக்கு வந்தான் சாமா. ஒரு மனிதனுக்குப் பசிகள் எவ்வளவுக் கெவ்வளவு அதிகமாக இருக்கின்றனவோ அவ்வளவுக் கவ்வளவு அவன் மேன்மையானவன்; எதாவது ஒரு பசி இல்லாவிட்டாலும் அவன் தரத்தில் குறைந்தவனே ஆவான்.

இந்தக் கொள்கைகளையும் முடிவுகளையும் கடைப்பிடித்துக் கடைசி வரையில் ஆராய்ச்சி செய்து பார்க்க முற்பட்டான் சாமா. ஆனால் அது அவ்வளவாகத் திருப்திகரமான விஷயமாக இல்லை. சில சமயம் அவனுடைய ஆராய்ச்சி முடிவுகள் அவனையே திடுக்குறச் செய்தன.

வயிற்றுப் பசியையே உதாரணமாக எடுத்துக் கொள்ளுவோம். பசிக்கும்போது சாப்பிடுகிறோம்; பசி அடங்கி விடுகிறது. உண்மையில் அடங்கியதா? இல்லவே இல்லை. பத்து நாழிகை நேரத்துக்குள் மறுபடியும் பசிக்க ஆரம்பித்து விடுகிறது. அது ஏன் ? மனிதனாகப் பிறந்து விட்ட

ஒவ்வொருவனுக்கும் நிரந்தரமாக உள்ள ஓர் உரிமை அந்த வயிற்றுப் பசி. தற்காலப் பொருளாதார சாஸ்திரிகள் இந்தப் பசி ஆறுவதுதான் மனிதனுடைய உரிமை என்று எண்ணி அசட்டு மனோராஜ்யம் செய்து சாஸ்திரம்என்ற பெயரிட்டு, கட்டக் கட்ட உடனுக்குடனே பாழாகிக் கொண்டுவரும் ஒரு கோட்டையை நிர்மாணிக்கிறார்கள். ஆனால் பசிதான் மனிதனுடைய உண்மையான உரிமை. சரித்திரம் அதையே தான் நமக்கு அறிவுறுத்தி வந்திருக்கிறது. இங்கே பசித்திருப்பவனே முடிவில் பரமபதம் சேருவான் " என்று இயேசு கிறிஸ்து சொன்னது இதை உத்தேசித்தே இருக்க வேண்டும்.

வயிற்றுப் பசியைப் போலவேதான் மனிதனுடைய மற்றப் பசிகளும் இருக்க வேண்டுமென்று சாமா எண்ணினான். பிறந்த வினாடி முதல் இறக் கும் வரையில் மனிதன் பலதரப்பட்ட பசிகளால் பீடிக்கப்படுகிறான். இந்தப் பசிகளின் தரத்தையும் வேகத்தையும் அடிப்படையாக வைத்து மனித ஜாதியை மூன்று வகுப்புக்களாகப் பிரிக்கலாம் என்று சாமாவுக்குத் தோன்றிற்று. வயிற்றுப் பசியாலும் சிற்றின்பப் பசியாலும் மட்டும் பீடிக்கப்படுகிறவர்களை மனிதர்களிலே மிருகங்களாகக் கொள்ள வேண்டும். மற்றப் பசிகள் அதிகரிக்க அதிகரிக்க மனிதன் மிருகப் பிராயம் நீங்கி மனிதப் பிராயத்தை எட்டி சில சமயம் அதையும் தாண்டி தேவப் பிராயத்தையும் தொடுகிறான்.

சாத்தனூரில் மட்டுமல்ல. உலகில் பெரும் பகுதியில் வயிற்றுப் பசியும், சில்லரை இந்திரியப் பசிகளுமே ஆட்சி செலுத்துகின்றன என்பதைச் சாமா கண்டான். வேறு பசிகள் உள என்பதையே அறியாதவர்கள் போல மனிதர்கள் காலம் கடத்தினார்கள்.

ஸர்வமானிய அக்கிரஹாரத்தின் மந்தை போலப் பரந்த உலகிலே பல மனித மந்தைகள் நடமாடித் திரிந்து கொண்டிருந்தன.

தான் இதிலே தப்பிப் பிறந்தவனாக எண்ணிக் கொண்டான் சாமா. சாத்தனூர் ஸர்வமானிய அக்கிரஹாரத்திலிருந்து தப்பி வெளியேறி விட்டால் போதும். எவ்வளவு சீக்கிரம் வெளியேற முடிகிறதோ அவ்வளவுக் கவ்வளவு நல்லது என்று எண்ணினான். ரெயிலில் காசு கொடுத்து டிக்கட்டு வாங்கிச் சாதித்துவிடக் கூடிய காரியமல்ல அது. வேறு எங்கே சென்றாலும் எந்த ஊரிலும் அதே மனிதர் மந்தைதான்; கோர சொரூபங்கள் தான். தன் உள்ளமும் உடலும் ஆத்மாவும் ஸர்வமானிய அக்கிரஹாரத்துக் கட்டுப்பாடுகளிலிருந்து விடுபட வேண்டுமென்று சாமா விரும்பினான். அவன் மனமும் அறிவும் விடுபட்டுவிட்டன ; ஆனால் பரிபூரண சுதந்திரத்திற்கு அது மட்டும் போதாது; போதவே போதாது.

சுந்தாப்பாட்டியும் உள்ள நாராயணையரும் வரையில் தனக்கு விடுதலை கிடைக்காது என்று சாமாவுக்கு நன்கு தெரியும். அப்படியானாலும் அவர்கள் இருவரும் இறந்து ஒழிந்து விட வேண்டும் என்றா சாமா விரும்பினான் ? இல்லவே இல்லை. இவ் வுலகில் அவனுடைய உண்மை மதிப்பையும் உயர்வையும் உள்ளபடி அறிந்தவர்கள் தற்சமயம் அவர்கள் இருவரும்தானே! அவர்களிருவரும் அவனிடம் தான் தங்கள் உயிரை வைத்திருந்தார்கள்; அவன் நலம் ஒன்றையே தங்கள் லக்ஷியமாக எண்ணி வாழ்க்கை நடத்தினார்கள். அன்புக்கும் அறிவுக்கும் இடையே அவன் உள்ளத்தில் மூண்ட போராட்டத்தில் அன்பே வெற்றி பெற்றது. அறிவு எனும் தன் ஆற்றலைக் கூடியவரையில், நாராயணையரும் சுந்தாப்பாட்டியும் உள்ள வரையில், அவர்களுக்காக அடக்கி வைத்திருப்பதே நல்லது என்று அவன் எண்ணினான். ஆனால் அவர்களுக்காக அவன் செய்த மகத்தான தியாகத்தை அவர்கள் அறிந்து கொள்ளவே இல்லை!

ராஜி காரணமாக அவன் மனத்தில் இரண்டொரு நாள் ஏற்பட்ட குழப்பத்தை அவன் சுலபத்தில் மறந்து விடவில்லை. எவ்வளவுதான் தெளிவாகச் சிந்தனை செய்யும் சக்தி படைத்திருந்தாலும், சொந்த விஷயம் என்று வரும்போது தெளிவும் அமைதியும் நீங்கி விடுகின்றன

என்பதை அவன் அனுபவத்தில் கண்டு கொண்டான். சிந்தனைகளால் மட்டும் யாருக்கும் எவ்விதமான பயனும் இல்லை ; அதை ஒட்டிக் காரியமும் செய்யத் தெரியவேண்டும் என்று தீர்மானம் செய்தான் சாமா.

முடிவுகள் எல்லாம் சரிதான் ; ஆனால் அந்த முடிவுகளைக் காரி யத்தில் காட்டுவதுதான் சிரமமான காரியமாக இருக்கும்போல் இருந்தது. சிந்தனைகள் மட்டும் - அவை எவ்வளவு உயர்தரமானவையானாலும்- போதாது; செய்கையும் வேண்டும் என்று சாமா சித்தாந்தம் செய்து கொண்டான்.

ஆனால் சுந்தாப்பாட்டிக்கோ சிந்தனைகளைப் பற்றிக் கவலையே கிடையாது; செய்கையே பிரதானமாக இருந்தது. அவள் அந்த ஆனி மாதத் துக்குள் சாமாவுக்குக் கல்யாணம் செய்து வைத்துப் பார்த்து விடுவது என்று தீர்மானித் திருந்தாள். சாமாவின் அசட்டுச் சிந்தனைகளுக்காக அவள் தான் பிடித்த பிடியை விட்டுக் கொடுப்பதாக இல்லை. பெண் வீட்டுக்காரர்கள் வழக்கம் போலவே சாத்தனூர் ஸர்வமானிய அக்கிரஹாரத்தின் மாஜி தபாலாபீஸ்காரர் வீட்டில் தக்க பையன் இருப்பதாக விசாரித்து அறிந்து கொண்டு வந்து ஜாதகம் கொடுத்தும் வாங்கியும் போய்க் கொண்டிருந்தார்கள். இரண்டொரு ஜாதகங்கள் திருப்திகரமாகப் பொருந்தியும் இருந்தன. அந்த இடங்களில் "லௌகிகம்'' என்று சொல்லப்படுவது சரியாக இல்லாவிட்டாலும் பாதகமில்லை ; மற்றபடி எல்லாம் திருப்திகரமாக இருந்தால் ஒப்புக்கொண்டு விடலாம் என்று தாயும் பிள்ளையும் தீர்மானித்திருந்தார்கள். சாமா வேறு விதமான தீர்மானம் செய்து கொண்டிருந்தான். தன் தீர்மானத்தை வெளிக்குக் காட்டிக் கொள்ளாமல் இரண்டு மூன்று இடங் களுக்குப் போய், அவர்கள் இஷ்டப்படி, அவன் பெண் பார்த்துவிட்டு வந்தான். பார்த்த பெண்கள் பிடிக்கவில்லை. எப்படிப் பிடிக்கும்? சாமா தனக்கு வேண்டும் என்ற கண்கொண்டு பார்த்திருந்தால் தானே பிடிக்க? அவன் உள்ளத்தில் ஒரு பெண் தெய்வம் குடிகொண்டு விட்டாள்;

வேறு பெண் உருவங்கள் அவன் கண்ணில் கூடச் சரியாகப் படவில்லை.

தந்தையையும் பாட்டியையும் இது ஏமாற்றுவதாகுமே என்று சாமா சிந்திக்காமல் இல்லை. தவறு தான் என்று அவனும் அறிந்தே இருந்தான்.

ஆனால் தனக்கு வேண்டியவர்களுக்கு மனக் கஷ்டம் தரலாகாது என்ற எண்ணத்தினால் பிறந்த தவறு அது. இப்படி அன்பினால் இழைக்கப்பட்ட தவறு தவறே ஆகாது என்று அவன் தன் மனத்துக்குச் சமாதானம் சொல்லிக் கொண் டான். மிகவும் சௌகரியமான சமாதானம்தானே அது! !

சுந்தாப்பாட்டி அவனுடைய நடத்தையின் அர்த்தத்தை வெகு சீக்கிரமே கண்டு கொண்டாள். "இப்படித் தட்டிக் கழித்துக் கொண்டே இருக்கயே! சாகுமுன் உனக்குக் கலியாணம் பண்ணி வச்சு நான் கண்ணாரக் காண வேண்டாமா?"

"சாவு சாவுன்னு ஏன் பாட்டி அடிச்சிக்கறே! உனக்கு இன்னும் பத்து வருஷத்துக்குக் குறை யாமே ஆயுசு இருக்கு. கவலைப்படாதே!"

"கல்யாணம் பண்ணி வச்சு, குடித்தனம் வச்சு பேரன் பெண்டாட்டி குடித்தனம் நடத்தற சவரணையைப் பாத்துட்டுப் போகணும்னு இராதா எனக்கு?" என்றாள் சுந்தாப்பாட்டி.

"கொள்ளுப் பேரன் பிறந்து, அவனுக்கும் பேரன் பிறக்கற வரைக்கும் இருந்து பாத்தூட்டுப் போயேன். யார் வாண்டாங்கிறா?" என்றாள் கமலா, சிரித்துக் கொண்டே. முன்பெல்லாம் இருந்தது போல அச்சிரிப்பில் கலகலப்போ ஆனந்தமோ இல்லை என்பது சாமாவுக்கும் தெரிந்தது. ஏன் இல்லை என்பதும் அவனுக்குத் தெரியும். அச் சிரிப்பு அவளுடைய உள்ளத்தின் ஏக்கத்தையும் துயரத்தையும் அடக்கமாக வெளியிட்டது என்பதையும் அவன் கண்டு கொண்டான்.

"எனக்குப் பிடிச்ச பெண் கிடைத்தால் நான் கல்யாணம் பண்ணிக்கத் தயார்தான்" என்றான் சாமா.

"உனக்குப் பிடிச்ச பொண்ணுான்னு தனியா பிரும்மா ஒரு ரகம் படைச்சிருக் கானா என்ன ? ஏதோ சுமாரா, குடித்தனப் பாங்கா...."

"நீயே இப்படிச் சொல்றயே பாட்டி! கல்யாணம்னா சுலபத்திலே முன்னே பின்னே யோசிக்காமலே முடிச்சூடற விஷயமா? சொல்லேன். ஆயுசு பூராவும் ஒருத்தியைக் கட்டிண்டு அழுதா கணுமே...."

"வேதாந்தம் படிக்காதேடா " என்றாள் சுந்தாப்பாட்டி. "தட்டிக் கழிக்கக் காரணம் சொல்லாதே."

அவள் குரலில் அளவு கடந்த வருத்தம் தொனித்தது. சாமா பதிலாக "நான் ரெண்டு மூணு தரம் பெண் பார்க்கப் போனது கூட உனக்காகத் தானே பாட்டி. அதைப் புரிஞ்சுக்காதே நீ வருத்தப்படறயே!" என்றான்.

சுந்தாப்பாட்டி இதை ஒப்புக் கொண்டாள். அந்த மட்டில் கொஞ்சம் திருப்திதான் அவளுக்கு. சாமாவையும் மீறி ஏதாவது ஓரிடத்தில் நிச்சயமாகி விடாதா என்று அவளுக்கு ஆசை.

"நேத்திக்குப் பாத்துட்டுவந்த பொண் ரொம்ப நன்னாருக்காமே. கமலா சொன்னாள்."

"சப்பை மூக்கு. பல்லு ஒண்ணாவது நேரா இல்லை" என்றான் சாமா சிரித்துக்கொண்டே.

"நல்ல சிகப்பு. உயரமும் பருமனும் பாந்தமா இருக்கு" என்று குறுகிட்டாள் கமலா. இது விஷயமாக அவளுக்குப் பேசவே மனமில்லை. என்றாலும், அங்கிருந்து கொண்டு ஒன்றும் பேசாமல் இருப்பது சிரமமாக இருந்தது. எழுந்திருந்து போய் விடவும் அவனுக்கு மனம் இல்லை.

சாமா உரக்கச் சிரித்தான். "பெண்ணின் தாயாரும் நல்ல சிகப்புத்தான். பாந்தமாகக் குதிர் போல இருக்காள். பாத்தாயோல்லியோ கமலா. ரெண்டு வருஷத்திலே பெண்ணும் அம்மாவைப் போல ஆயிடும்."

கமலாவும் சிரித்தாள்.

"போடா போக்கிரி!" என்றாள் சுந்தாப் பாட்டி. ஆனால் அவளும் சிரித்தாள். "வக்கிரமா பேசத் தெரியறது. வேறே என்ன? நீ என்ன ? பொண்ணைப் பார்க்கப் போனயா, அவள் அம்மாவைப் பார்க்கப் போனயா?" என்று கேட்டாள்.

"ரெண்டு பேரையும்தான் பாத்தேனே! " என்றான் சாமா.

விளையாட்டெல்லாம் சரிதான். ஆனால் சுந்தாப் பாட்டியின் இடைவிடாத வற்புறுத்தல்களுக்கு அதிக நாள் ஈடு கொடுத்துச் சமாளித்துக் கொண்டிருக்க முடியாது என்று சாமா அறிந்தே இருந்தான். என்றாவது ஒருநாள் உண்மையைச் சொல்லியே தீரவேண்டி வந்துவிடும் என்று அவன் எதிர் பார்த்தான்; தப்ப வழி கிடைக்காது. என்ன செய்யலாம் என்று அவன் யோசித்தான்.

சில நாளைக் குள்ளாகவே தன்னுடைய கல்யாணப் பேச்சைத் தட்டிக் கழிக்க அவனுக்கொரு திவ்வியமான "சாக்கு"க் கிடைத்தது. குதிராட்டமா வளர்ந்த பொண் ஒண்ணை ஆத்திலே வச்சிண்டு கல்யாணத்துக்கு ஒண்ணும் ஏற்பாடு பண்ணாமே இருக்கா ! அவாளை நம்பித்தானே நாங்க இருக்கோம்? பேரனுக்குக் கல்யாணம் பண்ணிப் பாக்க ஆத்திரப்படறது கிழம் ஜானம்மாள் அடுத்த வீட்டுக்காரியிடம் கூறிக் கொண்டிருந்தது சாமா காதில் ஒரு நாள் விழுந்தது. அது நியாயமான குறையாகவே சாமாவுக்குப் பட்டது. பாட்டியும் தகப்பனாரும் அவனிடம் கல்யாணத்தைப் பற்றிச் சொல்லி வற்புறுத்தும் போதெல்லாம் சாமா இதைச் சொல்லித் தப்பித்துக் கொள்ள முயன்றான். ஓரளவு தப்பவும் தப்பினான் என்றே சொல்ல வேண்டும்.

13

"ஆசைப்படாதவர்களே அதிர்ஷ்டசாலிகள்; அவர்களுக்கு ஏமாற்றம் என்பதே கிடையாது" என்று ராஜி வெகு சுலபமாகவே சொல்லிவிட்டுப் போய் விட்டாள். கொள்கை அளவில் அதைக் கமலாவும் ஒப்புக் கொள்ளவே செய்தாள். ஆனால் உண்மையில் ஆசை வெட்கமே அறியவில்லை. ஏமாற்றத்துக்கும் துணிந்தே, ஏன், மீறியே மனித உள்ளம் சதா ஆசைப்பட்டுக் கொண்டே இருக்கிறது. நடக்குமோ, நடக்காதோ என்ற சந்தேகம் ஒருபுறம் இருக்க- நடந்தது போலக் கற்பனை செய்து கனவு கண்டுகொண்டிருப்பதிலே அளவற்ற இன்பம் இருந்தது என்பதைக் கமலா கண்டாள். கனவுகள் கனவுகளே; சந்தேகமில்லை. ஆனாலும் அவற்றிலேதான் என்ன இன்பம் இருந்தது! இன்பகரமான கனவுகளில் ஈடுபட்டு அவள் தன்னையே மறந்து விடுவாள், அடுப்பங் கரையில் உட்கார்ந்த படியே.

அரிசி குழைந்துவிடும். கல்யாணமே வேண்டாம்; இப்படியே ஆயுள் பூராவும், சாமாவுக்கு அருகிலேயே அவனுக்கு அடிமையாகக் கழித்துவிட முடியுமானால்........! என்று எண்ணினாள் கமலா. ஆனால் அதெப்படி முடியும்! சாமாவுக்கு இன்று இல்லாவிட்டால் நாளை, இவ்வருஷம் இல்லா விட்டால் அடுத்த வருஷம் கல்யாணம் ஆகிவிடும். வருகிறவள் எப்படி இருப்பாளோ? தவிரவும் ஊரார் என்ன சொல்லுவார்கள். வயது பதினைந்து ஆவதற்கு முன்னரே தெருவில் தலை காட்ட வெட்கமாய் இருந்ததே!

இதில் விசேஷம் என்னவென்றால் சாமாவுக்குப் பெண் பார்க்க அவனுடன் அவளேதான் போக வேண்டி இருந்தது. வீட்டில் போகக்கூடிய ஸ்திரீகள் வேறு யாரும் இல்லை.

மனத்தை ஓரிடத்தில் வைத்தபின் வேறு இடத்தில் வாழ்க்கைப்பட்டுத் துன்பப்படுவதை விட உயிரை விட்டு விடலாமே என்றுகூடச் சில சமயம் அவளுக்குத் தோன்றிற்று. பைத்தியக்காரத்தனமான யோசனைதான் அது. அவள் மனத்தில் ஓயாமல் தாண்டவமாடிக் கொண்டிருந்த எத்தனையோ பைத்தியக்காரத்தனமான யோசனைகளில் அதுவும் ஒன்று. கிணற்றில் விழலாம்; மடியில் கல்லைக் கட்டிக்கொண்டு குளத்தில் விழுந்துவிடலாம். அப்படிப் பல பேர் செய்திருந்ததாக அவள் கேள்விப்பட்டிருந்தாள். ஆனால் அப்படியெல்லாம் செய்ய அவளுக்கு மனம் துணியவில்லை. தவிரவும் இன் னும் காரியம் முடிந்துவிடவில்லையே! கடைசி நிமிஷம் வரையில் நம்பிக்கைக்கு இடம் இருக்கிறது என்றே கமலா எண்ணினாள். ஒரு குற்றமும் செய்தறியாத தன்னை தெய்வம் சோதிக்கிறதே தவிர வேறில்லை. கூடிய சீக்கிரமே தான் நாடிய வரம் கிடைக்கும் என்று அவளுக்குக் காரண மில்லாமாலே ஒரு நம்பிக்கை இருந்தது. மனித உள்ளத்தின் அசட்டு ஆசைகளை என்னவென்று சொல்லுவது?

தனக்குச் சாமாவிடம் எதோ அசைக்க முடி யாத உரிமை உள்ளதுபோலவும், அந்த உரிமையை என்றும் மீற, ரத்து செய்ய, யாராலும் முடியாது சில சமயம் அவள் எண்ணினாள். அவள் நினைத்ததும் ஒருவிதத்தில் நிஜம்தான். ஆனால் எந்தவிதத்தில் என்று அவளுக்கே தெரியாது. அவளுக்கு சாமாவிடம் உண்மையான அன்பு இருந்தது. அன்பை விட உலகில் வேறு என்ன உரிமை தேவை; அதைவிடச் சிறந்த உரிமை வேறு என்ன உண்டு?' இந்த உரிமையைச் சாமாவும் சில சமயம் தன்னை யும் அறியாமலே ஒப்புக்கொள்ளத் தான் நேர்ந்தது. தன் மனத்தில் ராஜியின் உருவம் இடம் பெற்றிருந்தது போலவே கமலாவின் மனத்தில் தன் உருவம் இடம் பெற்றிருந்தது என்பதைச் சாமா அறியாமல் இல்லை. கமலாவின் ஆசை நிறைவேறாது என்பதில் சந்தேகமில்லை. இதை நினைக்கும்போது சாமாவுக்குத் திடுக்கிட்டது. அதே போலத் தன் ஆசையும் நிறைவேறாமல் போய்விடுமோ என்று அவனால் எண்ணிப் பார்க்காமல் இருக்க முடியவில்லை.

நிறைவேறாமல் போனால் வாழ்க்கையில் சாரமே இராது. அதற்குப்பின் வாழ்க்கை நடத்தவே அவனுக்கு மனம் இராது. ஒரே அடியில் எல்லாவற்றையும் முடித்துக்கொண்டு விட்டால் நல்லது. என்றிருக்கும்! அதே மூச்சில் கமலாவுக்கும் ஓரளவு அப்படித்தானே இருக்கும்! பாவம்! என்று நினைக்காமல் இருக்க அவனால் முடியவில்லை. எப்படி யோசித்துப் பார்த்தாலும் இது விடுபடாத சிக்கலாகத்தான் பட்டது. ஏக்கம் இல்லாமல் வாழ்க்கை நடக்காதா? நடக்கவே நடக்காதா? ஆனால் சாமாவின் சித்தாந்தப்படியே கவனித்தாலும் பசி தானே வாழ்க்கையின் நியதி. மனிதர்களாகப் பிறந்துவிட்டவர்கள் பசிக்கு அஞ்சினால் சரிப்படுமா? அன்புப் பசி தீர ஆயுள் முழுவதும் தவம் கிடந்தாலும் தகும் என்றே சாமா எண்ணினான்.

அவனுடைய இரண்டாவது கடிதத்துக்கு ராஜி இடமிருந்து வெகுநாள் பதில் வரவில்லை. கடைசியில் வந்த பதிலும் சாமாவுக்குத் திருப்திகரமாக இல்லை; நம்பிக்கை தருவதாக இல்லை. அவளுடைய கடிதத்திலே ஒரு தீர்மானமும் நிராசையும் தொனித்தன. வேறு பல விஷயங்களையும் பரஸ்பர நண்பர்களையும் பற்றி விரிவாக எழுதிவிட்டு கடைசியில் அவள் "உன் அன்பார்ந்த சகோதரி" என்று கையொப்பம் இட்டிருந்தாள். கமலாவுக்கோ சாமாவுக்கோ கல்யாணம் நிச்சயமானால், தெரியப்படுத்தினால், தான் இரண்டு நாள் முன்னதாகவே வர விரும்புவதாகவும் எழுதியிருந்தாள். சுந்தாப் பாட்டியைப் பற்றி அவள் எழுதியிருந்ததில் அவளிடம் அவள் வைத்திருந்த அன்பும் அளவற்ற மதிப்பும் தெளிவாகத் தெரிந்தன. இந்தக் கடிதத்துக்கு என்ன பதில் எழுதுவது என்று அறியாமல் சாமா சும்மா இருந்துவிட்டான்; பின்னால் யோசித்துப் பதில் எழுதிக் கொள்ளலாம் என்று இருந்துவிட்டான்.

சாமாவின் மனத்தில் ஏற்பட்டிருந்த இந்தப் போராட்டங்களை யெல்லாம் அறியாமலே நாராயணையர் காலம் கழித்துக் கொண் டிருந்தார்.

அவரைப் பற்றிய வரையில் அவருக்கு எவ்விதமான போராட்டமும் கிடையாது. அவர் மனத்தில் ஓர் அமைதி குடிகொண்டிருந்தது. அந்த அமைதிக்குத் தன் பிள்ளையே காரணம் என்று அவர் பெருமை கொண்டிருந்தார். அவனுக்குக் கல்யாணம் செய்து வைக்க வேண்டும். இரண்டாவது அவனுக்கு இஷ்டமானபடி வாழ்க்கை நடத்த வேண்டிய சௌகரியங்களைச் செய்து கொடுத்துவிட்டு தான் வாழ்க்கையினின்றும் 'ரிடைய'ராகி விட வேண்டு மென்று நினைத்துக் கொண்டிருந்தார்.

அறுபது வருஷங்களாக வாழ்க்கையில் எழுந்த பிரச்னைகளில் முட்டி மோதிக்கொண்டு அலுத்துவிட்டவர்களுக்குத் தெரியும் இந்த அமைதியின் அருமை ! எவ்வளவு இனிமையானது அது! தெருவில் திண்ணை திண்ணையாக உட்கார்ந்து நிஷ் கவலையாக அவர் தன் பிள்ளையின் பிரதாபங்களைப் பற்றி மணிக்கணக்காக அளந்துகொண்டிருப்பார்.

அவருடைய மன நிம்மதியும் சீக்கிரமே கெட்டு விட்டது. அறுபது வயதில்கூட மனிதர்கள் நிம்மதியாக இருப்பது ஏனோ தெய்வத்துக்குப் பிடிப்பதில்லை!

ஒருநாள் காலையில் வழக்கம்போல நாராயணையர் மகாலிங்கையர் வீட்டுத் திண்ணையில் உட்கார்ந்து கொண்டு தன் பிள்ளை என்னென்ன செய்திருக்கிறான், என்னென்ன செய்யப் போகிறான் என்று நீட்டி முழக்கிப் பிரசங்கம் செய்து கொண்டிருந்தார். காலைப் பத்திரிகையைப் பிரித்த மகாலிங்கையர் "சாமா நம்பர் என்ன, நாராயணா?" என்றார்.

பார்த்ததில் சாமா சொன்னபடியே மூன்றாவது பகுதியில் கோட்டை விட்டுவிட்டான். ஆத்திரத்துடன் எழுந்து வீட்டுக்கு வந்தார் நாராயணையர்.- சாமா ஊஞ்சல் பலகையில் உட்கார்ந்து தன் பாட்டியுடனும் கமலாவுடனும் ஏதோ சிரித்து விளையாடிப் பேசிக் கொண்டிருந்தான்.

தெரு முழுதும் கேட்கும்படியாக நாராயணையர் "என் மானத்தைப் போக்கி விட்டாயேடா!" என்று இரைந்தார்.

சுந்தாப் பாட்டியும் கமலாவும் திடுக்கிட்டு எழுந்து நின்றனர். சாமாவும் திகைத்துப்போனான். "என்ன அப்பா அது?" என்று கேட்டான்.

"உன்னாலே எனக்கு இந்தக் தெருவிலே இனிமே தலைகாட்டக் கூட வெட்கமாயிருக்கு!" என்றார் அவர். இதைச் சொல்லிவிட்டு அவர் தெருத் திண்ணையில் போய்ப் படுத்துக் கொண்டு விட்டார். அவர் ஓர் ஆயுள் முழுதும் சிரமப்பட்டுக் கட்டியிருந்த கோட்டைகள் எல்லாம் ஒரே வினாடியில் இடிந்து விழுந்துவிட்டன. எவ்வளவுக்கெவ்வளவு அவர் தம் பிள்ளை கெட்டிக்காரன் என்று எண்ணி இருந்தாரோ அவ்வளவுக் கவ்வளவு அவன் மடையன், பேச்சைத் தவிர வேறு எதற்கும் லாயக்கற்றவன் என்று அவருக்குத் தோன்றிற்று. அவர் உள்ளத்தில் இருந்த ஏக்கங்கள் பசிகள் எல்லாம் பிள்ளை என்ற ஒரு மந்திரத்தால் இவ்வளவு நாள் கட்டுண்டு கிடந்தன. அந்த மந்திரம் இப்போது பலிக்காத மந்திரமாகப் போய் விட்டது. அவர் உள்ளத்தின் ஏக்கங்கள், ஓர் ஆயுள் காலத்தின் பசிகள் எல்லாம் விடுபட்டுத் தலை விரித்துப் பேயாட்டம் ஆடின.

சின்ன விஷயம்தான். இதைச் சின்ன விஷயம் என்றுதான் சாமா கருதினான். ஆனால் வரப்போகும் தோல்விகளுக்கெல்லாம் இது அறிகுறி என்று நாராயணையர் கருதினார். சின்ன விஷயம்தான்: இவ்வளவு சின்ன விஷயத்திலேயே வெற்றி பெற மாட்டாதவன் வாழ்க்கையில் வேறு எந்தப் பெரிய போரில் வெற்றி பெற்றுவிடப் போகிறான் என்று எண்ணினார் அவர். அவர் எண்ணியதும் நியாயம் தானே !

பீ.ஏ. பரீக்ஷையில் தேறாமல் இருந்துவிட்டது பிசகு என்று தன் தகப்பனாரை அப்பொழுது பார்த்தபின்தான் சாமாவுக்குத் தோன்றிற்று. இன்னும் கொஞ்சம் சிரமப்பட்டிருந்தால் நிச்சயமாகத் தேறியிருக்கும். ஏதோ அலக்ஷியம்; விட்டு விட்டான். அப்படியும் என்ன மோசம் போய் விட்டது? 'பாஸூம் பண்ணி விடலாம்.

"பாஸ் பண்றவாள்ளாம் மேதைகளோ?" என்று தன் தகப்பனாருக்கு அவன் சமாதானம் சொல்லிப் பார்த்தான். அவர் சாந்தமடைவதாக இல்லை. மனத்துக்குள்ளேயே அவர் பொங்கிக் கொண்டிருந்தார். அவர் சுபாவம் அது. அவரைச் சாந்தப்படுத்துவது எப்படி என்று அறியாமல் சாமா தவித்தான். வார்த்தைகளால் சமாதானமடைய மாட்டார்; ஏதாவது செய்கையில்தான் அவரைத் திருப்தி செய்யவேண்டும் என்று அவன் தீர்மானித்தான்.

காலகதியில் அவர் துன்பம் மாறிவிடும். அதற்குள் தன்னால் ஆனதையும் செய்யலாம் என்று சாமா எண்ணினான்.

வாழ்க்கையில் தான் எந்தத் துறையில் இறங்குவது என்று அவன் கல்லூரியில் படிக்கும்போதே தீர்மானித்திருந்தான். அந்தத் துறைக்கு அவன் பீ.ஏ. பட்டம் பெற்றாலும் ஒன்றுதான்; பெறாவிட்டாலும் ஒன்றுதான். இவ்வளவு நாள் அதில் கவனம் செலுத்தாமல் வீண் கனவுகள் கண்டுகொண்டு பொழுது போக்கிவிட்டது தவறு என்று அவன் வருந்தினான். பரிக்ஷை முடிவுகள் வெளி வந்த அன்றே அவன் எழுத உட்கார்ந்துவிட்டான்.

அவனுடைய வாழ்க்கை லக்ஷியம் இலக்கியம் தான்.

ஆங்கிலத்தில் அவனுக்கு நல்ல அறிவும் பயிற்சியும் இருந்தன. அதைப் பயன்படுத்திக் கொண்டு இலக்கிய ஆசிரியனாகிப் பெயரும் புகழும் மட்டுமன்றிப் பணமும் சம்பாதிக்கத் தொடங்கி விடுவது என்று அவன் தீர்மானித்தான். உள்ளத்தில் குமுறிக்கொண் டிருந்த சிந்தனைகளைப் புனைந்து இரண்டொரு கட்டுரைகளையும் கதைகளையும் ஒரு வாரத்தில் எழுதி முடித்தான். ஒன்றைச் சென்னை வாரப் பதிப்பு ஒன்றுக்கும், மற்ற இரண்டையும் அமெரிக்காவில் இந்திய விஷயங்களில் ஈடுபட்டுள்ள இரண்டு பத்திரிகைகளுக்கும் அனுப்பினான்.

அவன் தகப்பனார் வழக்கம் போல இருந்திருந்தால் அவன் அவரிடம் அவற்றைப் படித்துக் காட்டியிருப்பான். ஆனால்

அவர் வழக்கம் போல இல்லை. சாமா தனக்குத் தீங்கும் அவமானமும் இழைப்பதையே லக்ஷியமாகக் கொண்டு விட்டான்; தான் இனி உயிர்வாழ வேண்டிய அவசியமே இல்லை என்று அவர் அனாவசியமான சிந்தனைகளால் குன்றிப்போய், மனம் இடிந்து உட்கார்ந்திருந்தார். சாமாவிடம் அவர் அவ்வளவு நாள் வைத்திருந்த அன்பும் மதிப்பும் இந்த ஒரு சின்ன விஷயத்தால் கசந்து விட்டன; அவருக்கு வாழ்க்கையே இப்போது கசந்தது. அவர் தன் வீட்டுக் குட்டித் திண்ணையை விட்டு இறங்குவதே இல்லை. தெருவைத் தாண்டி மகாலிங்கையர் வீட்டுத் திண்ணைக்குக் கூட அவர் போவதை நிறுத்திவிட்டார்.

சாமாவுக்கு அவரிடம் அனுதாபமில்லாமல் இல்லை. ஆனால் மனத்துக்குள் தன்னையே கேட்டுக் கொண்டான். "ஏன் இப்படி என்னைப் பற்றித் திண்ணை திண்ணையாகத் தம்பட்டம் அடித்துவிட்டு இப்போது அவதிப்பட வேணும்? சும்மா இருந்திருக்கலாகாதா?" அவரவர்களுடைய

பசிகள் அவரவர்களுக்குத்தானே தெரியும் !

சுந்தாப்பாட்டியும் கமலாவும் ஜானம்மாளும் கூடத் தங்கள் சாமாவுக்குப் பரிக்ஷை தேறவில்லை என்று அறிந்து ஆச்சரியப் பட்டார்கள். தேறியிருந்த இரண்டு பகுதிகளிலும் கூட அவன் நன்றாகத் தேறவில்லை. சுமாராகத்தான் தேறியிருந்தான் என்று அறிந்து திகைத்துப் போனார்கள். ஸ்ரீனிவாஸனும் ராஜியும் கூடத் தேறிவிட்டார் களே! அவர்களுக்கும் வருத்தம்தான். ஆனால் அதற்காக நாராயணையர் இவ்வளவு ஆர்ப்பாட்டம் பண்ண வேண்டியதில்லை என்றே அவர்கள் எண்ணினார்கள். சாமாவின் மனம் கசந்துவிடாதோ என்று சிந்தித்தார்கள்.

14

நாராயணையர் மனத்தில் ஏற்பட்டிருந்த கசப்பின் காரணமாக அவ் வருஷமே சாமாவுக்குக் கல்யாணம் செய்து வைத்து விடுவது என்ற பேச்சு ஒரு வழியாக நின்று விட்டது. தம் பிள்ளைக்கு அப்போதிருந்த மனநிலையில் சுந்தாப் பாட்டியால் கூட எதையும் வற்புறுத்திச் சொல்ல முடியாமல் போய்விட்டது. அதுவும் நல்லதுதான் என்று சாமா எண்ணிக் கொண்டான். அடுத்த வருஷம் வரையில்; குறைந்த பக்ஷம் தை மாதம் வரையிலாவது நிம்மதியாக இருக்கலாம் என்று சாமா சந்தோஷப்பட்டான். அப்போது அவன் எந்தப் பெண்ணையும் கல்யாணம் செய்துகொள்ளத் தயாராக இல்லை- ராஜியைக் கூடத்தான்.

இப்படியாகப் பரிக்ஷையில் கோட்டை விட்டதில் சாமாவுக்கு இரட்டிப்புத் திருப்தி ஏற்பட்டது. முதல் பலன் எழுத்தில் ஈடுபடத் தூண்டுதல்: இரண்டாவது கல்யாணப் பேச்சு நின்றுவிட்டது.

இவ்வளவு காலம் வீண் விரயமாகிக் கொண்டிருந்த நாழிகைகளை, வினாடிகளை அவன் இப்போது மிகவும் செட்டாக, காசுகளைக் கஞ்சன் ஒன்றன் பின் ஒன்றாக இழுத்துப் பிடித்துச் செலவு செய்வது போல, செலவிட ஆரம்பித்தான். ஒவ்வொரு விநாடியையும் கசக்கிப் பிழிந்து அதிலிருந்து எவ்வளவு நற்பயன் பெற முடியுமோ அவ்வளவையும் பெற்றுவிட முயன்றான். அவனுக்கு எழுத்திலே அளவு கடந்த உத்ஸாகமிருந்தது. ஒரு நாளில் இருபத்தி நாலு மணி நேரமும் உட்கார்ந்து எழுதிக் கொண்டே இருந்தால் கூட நல்லது என்று அவன் எண்ணினான். அப்பொழுது அவனுக்கு எழுத விஷயங்களும் நிறைய

இருந்தன. அவன் தன் சிந்தனைகளைக் கட்டுப்படுத்தி அவற்றிற்கு இன்ப மயமான உருவம் கொடுக்க முயன்று கொண் டிருந்தான். எழுதும் போது அவன் மனத்தில் இருந்த குழப்பங்கள் எல்லாம் தாமாகவே தீர்ந்துவிட்டன. முன்போல இப்பொழுதெல்லாம் ஏக்கங்கள், தீராத பசிகள், முடிவு காண முடியாத அர்த்தமற்ற சிந்தனைகள் அவனைப் பாதிப்பதில்லை. எழுதுவதிலே ஒரு சக்தியையும் ஆனந்தத்தையும் அவன் கண்டு கொண்டான்.

சுருக்கமாகச் சொன்னால் அவன் ஒரு கலைஞனாகி விட முயன்றுகொண் டிருந்தான். அவன் முயற்சிகளில் வெற்றி பெறுவானா எவ்வளவு தூரம் வெற்றி பெறுவான்? என்பதெல்லாம் நாளடைவில் தான் தெரிய வேண்டும். அவனுக்கே எதுவும் நிச்சயமாகத் தெரியவில்லை. அவனுக்கு அளவற்ற தன்னம்பிக்கை இருந்தது. ஆனால் அத்தன்னம்பிக்கைக்குப் போதிய ஆதாரம் இல்லையே!

சென்னைப் பத்திரிகைகள் இரண்டு அவனுடைய கதைகளை வந்தனத்துடன் திருப்பி அனுப்பி விட்டன. அமெரிக்காவுக்கும் இங்கிலாந்துக்கும் அனுப்பியவை இன்னும் திரும்பி வர நாளாகவில்லை போலும் என்று அவன் எண்ணினான். அவையும் திரும்பியே வந்துவிடும் என்றுதான் சாமா எதிர்பார்த்தான். இலக்கிய ஆசிரியனின் வாழ்க்கை சுலபமானதல்ல என்பதை அவன் படித்தறிந்தவன் தான். இருந்தாலும் தன் வழி மட்டும் சுலபமாக இருக்காதா? நியதிகளை எல்லாம் மீறித் தெய்வம் தனக்கென்று கொஞ்சம் சலுகை காட்டாதா என்று ஓர் ஆசையும் அவன் உள்ளத்தில் ஊசலாடிக் கொண்டிருந்தது. இப்படி நினைப்பது இயற்கை தானே.

எழுதி அலுத்துப் போன நாட்களில் அவன் கும்பகோணம் போவான். சேர்ந்தாற்போல சில நாள் அவனால் எழுத முடியாமலே போய்விடும்; சாம்பமூர்த்திராயருடன் முன் போலத் தத்துவ விசாரம் செய்வான். அல்லது அத்தங்காள் கமலாவுக்கு வரன் தேடப் போவான்.

‘சாமாவின் கல்யாணத்தைப் பற்றிய பேச்சு நின்று விட்டதே தவிர, கமலாவின் கல்யாணப் பேச்சு நின்றுவிடவில்லை. எப்படி நிற்க முடியும்?’ அவளுக்கோ வயதாகிக் கொண்டிருந்தது. ஜானம்மாளோ ஓயாமல் குறைப்பட்டுக் கொண்டிருந்தாள். சுந்தாப்பாட்டி "நடக்க வேண்டிய இடத்தில் நடக்க வேண்டிய சமயத்தில் தானே நடக்கும். வேளை வர வேண்டாமா?" என்று வேதாந்தம் பேசினாள். நாராயணையர் நல்ல நாளில் இதைப் பற்றிக் கவனித்திருக்கவே மாட்டார். ஆனால் இப்பொழுது அவருக்குத் தன் மனக்கசப்பை மறக்க, முன் போலப் பழைய நாராயணையராவதற்கு இது ஒரு நல்ல "சாக்காக" இருந்தது. கமலாவுக்கு வரன் தேட முற்பட்டார்.

அவர் செய்யத் தயாராயிருந்த "லெளகிக"த்துக்கு ஒப்புக் கொள்ளும் பிள்ளையாக யாரும் கிடைக்கவில்லை. ஆயிரம், ஜாஸ்தி போனால் ஆயிரத்தைந்நூறுக்கு மேல் செய்ய அவரால் முடியாது. முதல் தாரமாகப் பார்த்த இடங்கள் சரியாக இல்லை; திருப்திகரமாக இல்லை. இரண்டாம் தாரமாகக் கல்யாணம் செய்து விடலாம், நல்ல இடம் கிடைத்தால் என்று அவர் தேடினார்.

கும்பகோணத்திலேயே ஒரு வரன் கிடைத்தது. இரண்டாம் தாரம் தான். முப்பத்தெட்டு வயது இருக்கும். பார்க்கக் கிழவனாக இல்லாமல் முப்பது வயது மதிப்பிடும் படியாக சுமாராக இருந்தான். கையில் ஐந்நூறு ரூபாய் பணமும், பெண்ணுக்கு முந்நூறு ரூபாய் நகையும் ஒரு நாள் கல்யாணச் செலவும் என்று நாராயணையர் பேசினார். குலம் நல்ல குலம். ஆஸ்தி சுமார் லக்ஷம் வரையில் இருந்ததாகச் சொல்லிக் கொண்டார்கள். மூத்த மனைவியைப் படாத பாடும் படுத்தி வைத்ததாகவும் சொல்லிக் கொண்டார்கள்.

"அப்படிப் பட்டவன் இளையாளிடம் பொட்டிப் பாம்பா அடங்கிக் கிடப்பான்" என்றாள் சுந்தாப் பாட்டி.

பெண்ணைப் பார்த்துப் பிள்ளைக்குப் பிடித்திருந்தால் கல்யாணம் செய்து கொள்ளுவதாகப் பிள்ளை வீட்டார்

சொல்லி விட்டார்கள். அவர் களுக்கு சாத்தனூர் வரச் சௌகரியம் இல்லாமல் போய் விட்டதனால் கமலாவை, கும்பகோணத்தில் ஒரு நண்பர் வீட்டில் பிள்ளை வீட்டார் பார்க்க நாராயணையர் ஏற்பாடு செய்தார்.

கமலாவை சாமா தான் குதிரை வண்டியில் கும்பகோணத்துக்கு அழைத்துக் கொண்டு போக நேர்ந்தது. வழியில் நடுவே நடந்த ஒரு சம்பவம் சாமாவின் மனத்தை விட்டு என்றுமே அகலவில்லை.

வேகமாகப் போய்க் கொண்டிருந்த குதிரை வண்டியைத் தெருவில் போனவர்கள் யாரோ சிலர் "நிறுத்து நிறுத்து" என்று கத்தி நிறுத்தினார்கள். என்னவோ, ஏதோ என்று சாமா அவசரம் அ சரமாக வண்டியை விட்டு இறங்கினான். வண்டியை நிறுத்தியவர்கள் வண்டிக்காரனைக் கூப்பிட்டுக் கடையாணி கழண்டிருக்கு பார்........" என்று எச்சரித்தனர். கழண்டிருந்த கடையாணியைச் சரிப்படுத்தினான் வண்டிக்காரன். சாமாவும் ஏறி உட்கார்ந்ததும் வண்டி கும்பகோணத்தை நோக்கிக் கிளம்பிற்று.

"ஆச்சரியம்தான். இவ்வளவு தூரம் கடையாணி இல்லாமலே வந்திருக்கு நம்ப வண்டி" என்றான் சாமா, கமலாவைப் பார்த்து.

கமலா உடனே பதில் சொல்லவில்லை. ஆனால் அவளுடைய முகபாவத்தைக் கொண்டே அவள் மனத்திலிருந்ததை சாமா ஊகித்துக் கொண்டான். கமலாவும் சிறிது நேரம் கழித்து "இதிலே என்ன ஆச்சரியம்! என் வாழ்க்கை வண்டியே கடையாணி இல்லாமே தானே ஓடிக்கொண் டிருக்கிறது! " என்றாள். குப்பென்று அவள் கண்கள் நிறைந்து விட்டன; பல பல வென்று கண்ணீர் உதிர்ந்தது

கற்பனையும் அறிவும் சிறிது படைத்திருந்த சாமாவுக்கு உள்ளத்தில் என்னவோ செய்தது. அவன் மனம் நெகிழ்ந்தது.

"அழாதே கமலா! அழாதே!" என்பதைத் தவிர வேறு ஒன்றும் சொல்லத் தோன்றவில்லை அவனுக்கு. ஆனால் அவன் சொல்லச் சொல்ல அவள் அழுகை அதிகரித்ததே தவிரக் குறையவில்லை. இந்தப் பெண்ணின் அழுகையும் ஏக்கமும் அவன் நெஞ்சைப் பிளந்தன. அவள் பசியைத் தீர்க்கத் தன்னால் ஆகும்; தன்னால்தான் ஆகும் என்பதை அவன் அறிந்தான். அந்த அறிவுடனேயே தோன்றிற்று அதைத் தீர்க்க வேண்டியது தன் கடமை என்ற ஓர் எண்ணமும். சட்டென்று ஒரு தீர்மானத்துக்கு வந்தவனாக "சாத்தனூருக்குத் திருப்பு வண்டியை. இனிமேல் கும்பகோணத்துக் குப் போக வேண்டாம் " என்றான் சாமா.

வண்டிக்காரன் ஆச்சரியத்துடன் திரும்பிப் பார்த்தான். அவசரம் அவசரமாகத் தன் கண்களைத் துடைத்துக் கொண்டாள் கமலா.. "இது என்ன விந்தை?" என்று, தன் காதுகளை நம்ப மாட்டாமல் அவள் நினைத்தாள். தன் இஷ்டப்படியும் நடந்துவிடுமா? அழுகையிலிருந்து ஆனந்தத்துக்கு மாறிய வேகத்தை அவளால் தாங்க முடியவில்லை. ஆனால் சந்தேகத்தையும் தாள முடியவில்லை.

"உன் இஷ்டப்படியே நடக்கும் கமலா. சந்தேகப்படாதே!" என்று, சாமா அவள் பார்வையில் தெரிந்த சந்தேகத்துக்குத் தீர்மானமாக பதில் அளித்தான்.

மறுபடியும் கமலாவின் கண்களில் நீர் துளித்தது-இந்தத் தடவை துக்கத்தால் அல்ல. நிச்சயமாக துக்கத்தால் அல்ல.

வண்டி திரும்பிச் சாத்தனூரை நோக்கிக் கிளம்பிற்று.

அந்த மூன்று மைல்களையும் எவ்வளவு சீக்கிரத்தில் கடந்துவிட்டது வண்டி என்று கமலாவும் சாமாவும் ஆச்சரியப்பட்டார்கள்.

பெண் பார்க்க வந்து காத்திருந்த மாப்பிள்ளை வீட்டார் கோபமாகக் கல்யாணப் பேச்சை முறித்துக் கொண்டு போய்

விட்டார்கள். ஏன் சாமாவும் கமலாவும் வந்து சேரவில்லை என்று விசாரித்துக் கொண்டு நாராயணையர் வந்தார். அவரையும் சுந்தாப்பாட்டியையும் சமாதானம் செய்ய சாமா மிகவும் சிரமப்படவேண்டி இருந்தது. அவ்வளவு சிரமத்தையும் ஆனந்தத்துடனேயே பட்டான் என்று தான் சொல்ல வேண்டும்.

தன் விருப்பப்படியே சாமாவுக்கு அந்த ஆனி மாதத்திற்குள் கல்யாணம் ஏற்பாடாகி விட்டது பற்றி சுந்தாப் பாட்டிக்கு மிகவும் திருப்தி. ஆனால் பெண்ணைப்பற்றிக் கொஞ்சம் அதிருப்திதான். "உலகில் எல்லாமே நம் இஷ்டப்படி நடந்து விட்டால்........!' என்று வேதாந்தம் பேசி அவள் தன் னைத் திருப்தி செய்துகொண்டாள்.

நாராயணையர் வழக்கம்போல மகாலிங்கையர் வீட்டுத் திண்ணையில் வீற்றிருந்தபடியே தன் பிள்ளையைப்பற்றிப் பேசிக்கொண்டிருந்தார்: "அவனாலே எனக்கிருந்த நிம்மதி எல்லாம் போயிடுத்து! பரிக்ஷையிலே தேறாமல் போனது போறாதுன்னு இப்போ தன் அத்தங்காளைத்தான் கல்யாணம் பண்ணிப்பேன்னு பிடிவாதம் பிடிக்கிறான். என்ன பண்றது! இதை முன்னேயே சொல்லித் தொலைத் திருந்தாலும் நான் அவளுக்கு வரன் தேடிண்டு இவ்வளவு நாள் வீண் அலைச்சல் அலைந்திருக்க மாட்டேன்."

"பிள்ளையைப் படைத்த சுகம் அவ்வளவுதாண்டாப்பா!" என்று துக்கம் கொண்டாடினார் மகா லிங்கையர். அவருக்குப் பரமதிருப்தி சாமா தேறாமல் போனதில். அவர் சுபாவம் அப்படி.

ஆனால் நாராயணையருக்குக் கமலாவைப் பற்றிய வரையில் திருப்திதான். அவளிடம் அவர் ஒரு குற்றம் கூடக் கண்டதில்லை அதுவரையில். சுந்தாப் பாட்டியின் வற்புறுத்தலின் பேரில்தான் அவர் வேறு இடத்தில் அவளுக்கு வரன்தேட முற் பட்டதெல்லாம்.

ஜானம்மாளுடைய திருப்தியைப் பற்றிச் சொல்ல வேண்டிய அவசியமே இல்லை. சிலநாள் அவள் தன்னுடைய குணாதிசயங்களைக் கூட வெளியே காட்டாமல் இருக்கத் தீர்மானித்து விட்டாள் என்றால் பார்த்துக் கொள்ளுங்களேன்.

முகூர்த்தத் தேதி குறிப்பிட்டானதும் ராஜிக்குச் சாமா கடிதம் எழுதினான். அவள் பதில் எழுதவில்லை: தானே நேரில் வந்துவிட்டாள். கல்யாணத்துக்கு ஏழெட்டு நாட்களுக்கு முன்னதாகவே இருந்து கல்யாணத்தை நடத்திவைக்க வந்து விட்டாள். வந்தவுடன் அவள் முதலில் சாமாவைக் கூடச் சந்திக்கவில்லை; சமையலறையில் பாடிக் கொண்டே அடுப்பண்டை காரியம் பார்த்துக் கொண்டிருந்த கமலாவிடம் நேரே போனாள். அவர்கள் என்ன பேசினார்களோ ஈசுவரனுக்குத் தான் வெளிச்சம். ஆனால் ஒன்று. இடையில் தனக்குச் சாமா எழுதிய கடிதத்தைப்பற்றி அவள் பிரஸ்தாபிக்கவே இல்லை.

ராஜி வந்ததை அறிந்து சாமா மாடியிலிருந்து இறங்கிவந்தான். அவனைக் கூடத்தில் சந்தித்ததும் ராஜி "இதுதான் சரி. நடுவில் அசட்டுத்தனமாக......" என்று ஏதோ சொல்ல ஆரம்பித்தாள். ஆனால் அதை முழுதும் சொல்ல விடாமல் அவளைத் தடுத்து பரஸ்பரம் தங்கள் நண்பர்களைப்பற்றிப் பேச்சைத் திருப்பினான் சாமா.

சாத்தனூர் ஸர்வமானிய அக்கிரஹாரத்திலே ஒரு தலைமுறையில் நடந்த கல்யாணங்களிலே மிகவும் சிறந்த கலியாணம் அதுதான் என்று மகாலிங்கையர் கூட, மனமில்லாவிட்டாலும், ஒப்புக் கொள்ளத்தான் வேண்டி யிருந்தது.

“ என் பிள்ளையின் கல்யாணம் இப்படி இருக்க வேண்டும் என்றுதான் இவ்வளவு பாடுபட்டேன்” என்றார் நாராயணையர்.

கமலாவின் கழுத்தில் சாமா தாலிகட்டிய அரை மணி நேரத்திற்குள் அவனுக்கு ஒரு கடிதம் வந்தது.

அமெரிக்காவிலிருந்து வந்திருந்தது அது. அமெரிக்காவின் சிறந்த பத்திரிகை ஒன்றிலிருந்து அவன் கட்டுரை ஒன்றை அங்கீகரித்து, வந்தனம் செலுத்தி, சன்மானம் அளிப்பதாகவும் தெரிவித்துக் கடிதம் வந்திருந்தது.

விஷயத்தை அறிந்ததும் ஜானம்மாள் "என் பொண்ணின் அதிர்ஷ்டம்" என்றாள்.

சாமாவும் அப்படித்தான் நினைத்தான்.

முற்றும்.

★ ★ ★

9 788199 977686

Printed at Repro India Ltd.